KWANINI TUNASHEREHEKEA KRISMASI DESEMBA 25?

Dr. Maxwell Shimba

Shimba Publishing, LLC.

Shimba Theological Institute
Printed in the United States of America

TABLE OF CONTENTS

UTANGULIZI

Kwa mara ya kwanza kabisa, sherehe ya Krismasi ilifanywa na Malaika.

Ni muhimu kwa kila mmoja wetu kufahamu kuwa wa kwanza kusherehekea kuzaliwa kwa Yesu - (Krismasi) ni Malaika watakatifu wa Mungu.

(Luka 2:8-15) 8 Na katika nchi ile ile walikuwako wachungaji wakikaa makondeni na kulinda kundi lao kwa zamu usiku. 9 Malaika wa Bwana akawatokea ghafula, utukufu wa Bwana ukawang'aria pande zote, wakaingiwa na hofu kuu. 10 Malaika akawaambia, Msiogope; kwa kuwa mimi ninawaletea habari njema ya furaha kuu itakayokuwa kwa watu wote; 11 maana leo katika mji wa Daudi amezaliwa, kwa ajili yenu, Mwokozi, ndiye Kristo Bwana. 12 Na hii ndiyo ishara kwenu; mtamkuta mtoto mchanga amevikwa nguo za kitoto, amelala katika hori ya kulia Ng'ombe. 13 Mara walikuwapo pamoja na huyo malaika, wingi wa jeshi la mbinguni, wakimsifu Mungu, na kusema, 14 Atukuzwe Mungu juu mbinguni, Na duniani iwe amani kwa watu aliowaridhia. 15 Ikawa, malaika hao walipoondoka kwenda zao mbinguni, wale wachungaji waliambiana, Haya, na twendeni mpaka Bethlehemu, tukalione hilo lililofanyika, alilotujulisha Bwana.

Kama Malaika watakatifu wa Mungu walisherehekea kuzaliwa kwa Yesu, basi si dhambi kwa yeyote kusherehekea kuzaliwa kwa Yesu. Malaika hawa walishuka kutoka mbinguni, wakimsifu Mungu kwa ajili ya tendo la Yesu Kristo kuzaliwa, kama malaika wa Mungu walimsifu Mungu, mimi na wewe hatuna budi kumsifu Mungu kwani kwa malaika kumsifu Mungu kunaonesha waziwazi jambo hilo limekubaliwa na Mungu, sio hilo tu kuzaliwa kwa Yesu kunatajwa na malaika kuwa ni furaha kuu itakayokuwa kwa watu wote.

Maana yake Mwanadamu yeyote anapaswa kusherehekea kuzaliwa kwa Yesu, na kuzaliwa huko kwa Yesu kuwe ni furaha kwake. Na kwasababu furaha hii kuu inatajwa kuwa itakuwa kwa watu wote, maana yake kila anayeitwa mtu, furaha hii ya kuzaliwa kwa Yesu inapaswa iambatane nae na kama hafurahii kuzaliwa kwa Yesu, huyu bila shaka, atakuwa sio mtu labda ni jini, maana jini hawezi kuwa na furaha ya kuzaliwa kwa Yesu, kwani kuja kwa Yesu kunamuondolea yeye mamlaka ya kuwatesa watu.

Sasa niwakumbushe maana ya Krismasi:
Christ na neno mass, ambayo yakiunganishwa yanazaa neno moja linaloitwa Christmas ambalo maana yake ni ibada ya Kristo.

Ibada hii ya Kristo duniani ilianza rasmi pale Yesu alipozaliwa na wakwanza kufanya ibada hiyo walikuwa ni malaika (Luka2:13). Malaika walishangilia na kumsifu Mungu kwa kuzaliwa kwake Kristo, hivyo basi kama malaika walimsifu Mungu kwa kuzaliwa kwa Kristo, na kwa mara ya kwanza walifanya ibada duniani yaani ibada ya Kristo, ambayo kwa kiingereza ndio Christmas.
Sisi nasi hatuna budi kufanya hivyo kwani tendo linalofanywa na malaika watakatifu ni lazima tujue ni tendo takatifu, hivyo mwanadamu akisherehekea kuzaliwa kwa Yesu vilevile anafanya jambo takatifu na tujue pia jambo hilo linakuwa linampendeza Mungu.

Mamajusi, walianguka na kumsujudia Yesu

Mathayo 2:10-11 "Nao walipoiona ile nyota, walifurahi furaha kubwa mno. Wakaingia nyumbani, wakamwona mtoto pamoja na Mariamu mamaye, wakaanguka wakamsujudia; nao walipokwisha kufungua hazina zao, wakamtolea tunu; dhahabu na uvumba na manemane.

Kulingana na Biblia, watu hao wanaoitwa mamajusi walitoka "sehemu za mashariki," nao walipata habari za kuzaliwa kwa Yesu wakiwa huko. (Mathayo 2:1, 2, 9) Bila shaka iliwachukua muda mrefu kusafiri kutoka huko hadi Yudea. Hatimaye walipompata Yesu, walianguka na kumsujudia. —Mathayo 2:11.

Mathayo 2: 1 Yesu alipozaliwa katika Bethlehemu ya Uyahudi zamani za mfalme Herode, tazama, mamajusi wa mashariki walifika Yerusalemu, wakisema, 2 Yuko wapi yeye aliyezaliwa mfalme wa Wayahudi? Kwa maana tuliiona nyota yake mashariki, nasi tumekuja kumsujudia.

Mwenye haki ya kuabudiwa na kusujudiwa ni Mungu peke yake. Sasa iweje hawa wataalamu wa Nyota na wajuzi kutoka Mashariki ya Mbali wamwabudu na kumsujudia Yesu?

Kwanini mfalme Herode aliposikia hayo, alifadhaika, na Yerusalemu pia pamoja naye?

DR. MAXWELL SHIMBA

KRISMASI MAANA YAKE NINI?

Kwenye Surah hii ya kwanza, tutajifunza maana ya:

i.   Maana ya Krismasi.

ii.   Historia ya Krismasi na tarehe 25 Disemba.

iii.   Umuhimu wa historia ya Krismasi.

iv.   Sababu za Kibiblia zinazo wafanya Wakristo washerehekee Sikukuu ya Krismasi.

Mistari muhimu ya kukumbuka:-

Luka 2:9-11:-"Malaika wa Bwana akawatokea ghafula, utukufu wa Bwana ukawang'aria pande zote, wakaingiwa na hofu kuu. Malaika akawaambia, Msiogope; kwa kuwa mimi ninawaletea habari njema ya furaha kuu itakayokuwa kwa watu wote; maana leo katika mji wa Daudi amezaliwa, kwa ajili yenu, Mwokozi, ndiye Kristo Bwana."

Zaburi 118:22-24:"Jiwe walilolikataa waashi Limekuwa jiwe kuu la pembeni. Neno hili limetoka kwa BWANA, Nalo ni ajabu machoni petu. Siku hii

ndiyo aliyoifanya BWANA, Tutashangilia na kuifurahia."
Amen!

Maana ya Krismasi:

KRISMASI (pia Noeli) ni sikukuu ambayo Wakristo wengi husheherekea kuzaliwa kwake mwokozi Yesu Kristo zaidi ya miaka 2000 iliyopita duniani.

Kwa kawaida husheherekewa tarehe 25 Desemba katika Ukristo wa magharibi na tarehe 6 Januari katika ule ukristo wa mashariki au Wa Othodox.

Kuna majina mawili yaliyo ya kawaida kwa Kiswahili kwa ajili ya sikukuu hii
Neno KRISMASI linatokana na neno la Kiingereza lenye maana ya "Christ`s Mass" yaani misa au ibada ya Kristo.

Neno Noeli inatokana na neno la Kiingereza "Noel" (au "Nowell") ambalo limepokewa kutoka lugha ya Kifaransa "Noel". Hilo ni ufupisho wa neno la Kilatini "Natalis (dies)", "(siku ya) kuzaliwa".

Ibada na sherehe ya kuzaliwa kwa Yesu ni ya Kibiblia:

Hili si suala tu ambalo limetungwa na wanadamu fulani. La hasha! Hili ni jambo ambalo lipo ki-biblia kwa kuanzishwa na Mungu mwenyewe.

Tukio la kwanza la ibada na shehere ya kuzaliwa kwa Yesu Kristo lilifanyika tokea Yesu alipozaliwa. Na watu wa kwanza kabisa kusherekea kuzaliwa kwake walikuwa majeshi ya malaika wa Mungu. Na pia wanadamu pia walimsifu Mungu na kumtukuza kwa kuzaliwa kwake mwokozi Yesu Kristo. Kwa hiyo suala la Krismasi liko kibiblia. [Luka 2:7-14,20, 25-38].

Historia ya Krismasi na tarehe 25 Disemba.

Tarehe halisi kabisa ya kuzaliwa kwake Yesu haijulikani kwa sababu utamaduni wa Wayahudi wa wakati ule haukuwa na sherehe au kumbukumbu ya siku ya kuzaliwa.
Lakini baadaye Ukristo ulienea katika Dola la Roma kati ya mataifa yaliyokuwa na kawaida ya kuzingatia siku ya kuzaliwa. Hivyo ilijitokeza hamu ya kusheherekea pia sikukuu ya kuzaliwa kwake mwokozi Kristo. Ndiyo asili ya sikukuu ya Krismasi.

Tangu mwanzo wa karne ya 3 BK kuna kumbukumbu ya waandishi mbalimbali waliojadili tarehe ya kuzaliwa kwake Yesu Kristo.

Habari za kwanza kabisa za makadirio ya tarehe ya kuzaliwa kwake Yesu zinapatikana kutoka Misri mnamo mwaka 200.

Mwandishi Mkristo Klemens wa Alexandria alilalamikia udadisi wa wataalamu kadhaa wa Misri waliodai kwamba wamekadiria tarehe hiyo katika mwezi Mei, wengine katika Aprili.

Alisema pia kuwa kikundi cha Kikristo cha wafuasi wa Basilides huko Misri walisheherekea Epifania pamoja na kuzaliwa kwake Yesu tarehe 6 Januari.

Labda kadirio la tarehe ya 25 Desemba pia lina asili katika Misri. Kuanzia mwaka 200 (kwa mara ya kwanza katika maandishi ya Sixtus Julius Africanus) tunasikia kwamba wataalamu wa Misri walifikiri tarehe 25 Machi ilikuwa tarehe ya kufa kwake Kristo na pia siku ya utungaji mimba wake. Kwa kuongeza miezi tisa ya mimba inajitokeza 25 Desemba kama tarehe ya kuzaliwa.

Inaonekana tarehe 25 Desemba ilijitokeza wakati huo. Kuna taarifa ya mwaka 204 kutoka Ipolito wa Roma kwamba tarehe 25 Desemba ilikuwa sikukuu ya kuzaliwa kwake Yesu Kristo.

Krismasi na Sikukuu ya Sol Invictus

Wataalamu mbalimbali walidai kwamba Kanisa lilipachika sikukuu ya Kristo kwenye tarehe hiyo kwa nia ya kufanya ichukue nafasi ya sikukuu ya jua kama mungu "Sol invictus" (yaani "Jua lisiloshindika").

Lakini pengine mambo yalikwenda kinyume, yaani kwamba Makaisari walianzisha sikukuu hiyo, halafu wakaipanga tarehe ya Krismasi ili kushindana na Ukristo uliokuwa bado chini ya dhuluma ya serikali yao lakini ulikuwa unazidi kuenea.

Aliyeingiza sikukuu ya "Kuzaliwa Jua" (Mitra) huko Roma ni Eliogabalus (kaisari kuanzia 218 hadi 222). Baadaye kaisari Aurelianus akaithibitisha rasmi mwaka 273, hatimaye ikahamishiwa tarehe 25 Desemba.

Wakati wa kaisari Licinius (308-324) sikukuu hiyo ilikuwa ikiadhimishwa bado tarehe 19 Desemba.

Mwandishi wa kikatoliki Mario Righetti kwa utii kabisa anakubali kwamba, " ili kuwezesha kukubalika imani kikristo kwa wapagani, Kanisa la Roma (chini ya mfalme Constantinel aliyeongoka na kubatizwa kuwa mkristo), Wakaigeuzia kutoka sikukuu ya kipagani ya kumpa heshima " Invincible sun" Mithra na mshindi wagiza , wakaona ni busara Desemba 25 kuwa ni sikukuu ya kuzaliwa kwa Yesu Kristo".

(Rejea:- Historia ya mwongozo wa kiliturujia, 1955, vol. 2.P.67).
Kutoka Roma, uliokuwa mji mkuu wa Dola la Roma, sherehe ya 25 Desemba ilienea kote katika Ukristo.

Wakristo wengi husheherekea tarehe 25 Desemba (Wakatoliki na sehemu ya Waprotestanti na Waorthodoksi). Kati ya Waorthodoksi kuna tarehe nyingine, hasa 6 Januari kutokana na tofauti katika kalenda."

Mwisho wa kunukuu

Umuhimu wa Historia ya Krismasi.

Hebu tuangali mambo ya kuyaelewa kuhusu Krismasi.

(1) Kama tarehe 25 Desemba hapo mwanzoni ilikuwa ni sikuu ya kipagani. Halafu Wakaibadilisha kutoka katika imani ya kipagani badala yake ili ichukue nafasi ya kusherekea kuzaliwa kwa Yesu Kristo.

Jambo hilo ni sahihi kabisa mbele za Mungu.
Na katika jambo hilo. Ni Roho Mtakatifu aliyelitumia kanisa la Roma chini ya mfalme Constantinel kuibadilisha sikukuu ya kipagani iliyokuwepo, badala yake iwe Chrismasi.

Tendo hilo ni sawa na mtu kumtoa gizani na kumleta kwenye Nuru halisi. Kumtoa katika njia yake upotevu ili kumleta sasa katika njia sahihi ya kweli iliyoonyokaa.
Hakuna tatizo la tarehe 25 Desemba ilyobadilishwa kutoka kwenye sikukuu ya upangani, ili ije kuwa sikukuu ya kuzaliwa kwa Yesu Kristo (Krismas). Jambo ni sahihi kabisa. Kwa mfano Biblia inasema juu ya hilo katika Matendo Ya Mitume 26:16-18:- "Bwana akaniambia, mimi ni Yesu.... Lakini inuka, usimame kwa miguu yako, maana nimekutokeaa kwa sababu

hii, nikuwekee wewe uwe mtumishi na shahidi wa mambo haya uliyoyaona, na wa mambo ambayo katika hayo nitajidhihirisha kwako; nikikuokoa na watu wako, na watu wa mataifa, *ambao nakutuma kwao; Uwafumbue macho yao, na kuwageuza waiache giza na kuielekea nuru,* waziache na nguvu za shetani na kumwelekea Mungu; kisha wapate msamaha wa dhambi zao, na urithi miongoni mwao waliotakaswa kwa imani iliyo kwangu Mimi".

Siku zote ni za Mungu na hakuna siku ya Shetani.

Mtu anayeipinga sherehe ya sikukuu ya krismasi kwa kudai kwamba eti 25 Desemba ilkuwa ni siku ya sikuu ya kipagani. Na hivyo hana haja ya kusherekea Krismasi.

Mtu wa namna hiyo. Tatizo lake hajui wala kuelewa anachokisema badala yake anajidanganya mwenyewe na kujipotosha. Uelewa wake ni mdogo!

Ni muhimu kufahamu vizuri. Siku zote ni za Mungu na hakuna siku ya shetani. Inategemea tu na mtu mwenyewe binafsi anaitumia vipi siku hiyo kwa kufanya mambo ya kumpendeza Mungu au mambo ya shetani!! Lakini hakuna siku maalumu ya shetani. Bali Siku zote ni mali ya Mungu mwenyewe. Na anataka tuzitumie siku zote kumsifu, kumwabudu, kumtukuza na kumpendeza yeye.

Kwa mfano Biblia inasema juu ya hilo katika

Mwanzo 1:14:-" Mungu akasema, na iwe mianga katika Anga la mbingu ili itenge kati ya mchana na usiku; nayo iwe ndiyo dalili na majira na siku na miaka."

Zaburi 105:4:-" Mtakeni Bwana na nguvu zake, utafuteni uso wake siku zote".

Yohana 8:29:-" Naye aliyenipeleka yu pamoja nami: hakuniacha pekee yangu; kwa sababu nafanya siku zote yale yampendezayo ".

Matendo ya Mitume 2:46-47:-" Na siku zote kwa moyo mmoja walidumu ndani ya Hekalu......... wakimsifu Mungu,, na kuwapendeza watu woote. Bwana akalizidisha kanisa kila siku kwa wale waliokuwa wakiokolewa".

Unaweza kuona! Tusimpe siku shetani. Siku zote ni za Mungu, maana yeye ndiye aliyezifanya kuwako.

Kilichobaki ni kwa mtu mwenyewe tu binafsi anaitumia vipi hiyo siku kufanya mapenzi ya nani ya Mungu au ya shetani?!

Na kwa maana hiyo. Kama tarehe 25 Desemba ilikuwa ni siku ya sikukuu ya wapagani. Hilo lilikuwa ni kivyaoo wenyewe kwa upotofu wa mioyo yao wenyewe walivyoamua kuitumia hiyo kufanya mambo yao ya kipangani. Lakini hilo Bado haimanisha kwamba 25 Desemba basi siku hiyo ni ya wapagani. La hasha!! Itakuwa ni ya kipagani kwetu wakristo iwapo kama tutashiriki mambo yao kipagani kama walivyokuwa wakifanya wao. Lakini siku hii tukiitumia tofauti na jinsi walivyoitumia wao. Hii siyo siku tena ya kipagani, bali ni takatifu kwa Bwana.

Tarehe 25 Disemba kwetu sisi wakristo tuliookoka tunaitumia siku hiyo maalumu kwaajiri ya kumuadhimisha Bwana kwa kukumbuka tukio kubwa mno la kuzaliwa kwake Yesu Kristo mwokozi wa ulimwengu. Biblia inasema hivi katika Warumi 14:4, 6-7:-" Wewe u nani umuhukumuye mtumishi wa mwingine? Kwa bwana wake mwenyewe yeye husimama au huanguka. Naam atasimamishwa, kwa kuwa Bwana aweza kumsimamisha. Yeye aadhimishaye siku, huidhimisha kwa Bwana; naye alaye hula kwa Bwana, kwa maana amshukuru Mungu; tena asiyekula, hali kwa Bwana, naye pia amshukuru Mungu. Kwa sababu hakuna mtu miongoni mwenu aishiye kwa nafsi yake, wala hakuna afaye kwa nafsi yake."

Katika siku hii ya tarehe 25 Disemba, tunaitumia kumwadhimisha Bwana, ni siku maalumu na ya kipekee ambayo wakristo tunaitumia kutafakari mambo mengi ya ukuu wa Mungu wetu na upendo wake kwa wanadamu. Tunamshangilia , tunamsifu na kumtukuza, tunamwimbia na kumshukuru Mungu Baba yetu na Mwokozi wetu Yesu Kristo aliyekuja kutuponya, kutuokoa na kutukomboa wanadamu kutoka kwenye gereza la Ibilisi.

" Ni neno la kuaminiwa, tena lastahili kukubalika kabisa, ya kwamba Yesu Kristo alikuja ulimwenguni awaokoe wenye dhambi; ambao wa kwanza wao ni Mimi".

[Yohana 3:16-17; Luka 2:28-34; 1 Timotheo 1:15-16].
IKiwa watu wengine wanaweza kukumbuka kusherekea kuzaliwa kwao na wakamshukuru Mungu. Basi ni jambo zuri na bora zaidi kupita yoote

kukumbuka kusherekea kuzaliwa kwake mwokozi wetu Yesu Kristo.

Hatusherekei tarehe bali kumbukumbu ya tukio la kuzaliwa Mwokozi wetu ulimwenguni.

Biblia inasema

Yohana 21:25:- "kuna na mambo mambo mengine mengi aliyoyafanya Yesu; ambayo kama yakiandikwa moja moja, nadhani hata ulimwengu usingetosha kwa vile vitabu vitakavyoandikwa. Lakini hizi zimeandikwa; ili mpate kuamini ya kwamba Yesu ndiye Kristo, Mwana wa Mungu; na kwa kuamini mwe na uzima wa milele kwa jina lake".

Nini maana yake? Ingawa haijulikani tarehe na mwezi maalumu aliyozaliwa Yesu Kristo au kuandikwa kwenye Biblia. Ndiyo hatuoni! Kwa sababu mbele za Mungu tarehe ya kuzaliwa Yesu sio jambo la msingi, bali lilo la msingi ni tukio la kuzaliwa kwa Yesu, ndiomaana Mungu akaliandika. Matukio mengi aliyoyafanya Yesu hayakuandikwa na Mungu, lakini tukio lake hili la kuzaliwa limeandikwa. Hii ni kwa sababu Mungu anataka kutufundisha, tukio hili ni la msingi sana kwetu kulitafakari.

Kujua tarehe ni ipi hilo sio jambo la msingi kwetu kama ambavyo halikuwa la msingi kwa Mungu. Narudia tena Hoja ya msingi kwetu hapa sio tarehe ngapi mwezi gani, bali hoja ya msingi ni kwamba Yesu Kristo amezaliwa. Kwa sababu lilo la msingi kwetu sio tarehe bali ni kumbukumbu ya tukio lilotendeka la kuzaliwa kwa Yesu Kristo ulimwenguni.

Narudia tena kusisitiza unielewe vyema. La msingi kwetu hapa wakristo hatureshekei tarehe, bali tunasherekea kumbukumbu ya tukio la kuzaliwa kwake Yesu Kristo.

Mbali hata na tarehe 25 Desemba, siku zote na wakati woote tungepaswa kusherekea kukumbuka kuzaliwa kwake mwokozi wetu Yesu Kristo ulimwenguni. Biblia inasema katika Mathayo 28:20:- "Na kufundisha kuyashika yoote niliyowaamuru ninyi; Na tazama, mimi nipo Pamoja nanyi siku, hata ukamilifu wa dahari ".

Kwa maana hiyo hiyo hata tunaposherekea 25 Desemba kuzaliwa kwake , bado Yesu yupo pamoja nasi.

Sababu za Kibiblia zinazo wafanya Wakristo washerehekee Sikukuu ya Krismasi

Ni kwa sababu zifuatazo:-

(1) Ni taarifa ya agizo la Mungu kwetu kupitia kwa mkono wa malaika.

Biblia inasema katika *Luka 2:10-14:-* "Malaika akamwambia, msiogope; kwa kuwa Mimi nawaletea Habari njema ya furaha kukuu itakayokuwako kwa watu wote; Maana Leo katika mji wa Daudi amezaliwa, kwaajili yenu, mwokozi Ndiye Kristo Bwana. Na hii ndiyo ishara kwenu; mtamkuta mtoto mchanga amevikwa nguo za kitoto, amelala katika hori ya kulia ng'ombe. Mara walikuwapo pamoja na huyo malaika, wingi wa jeshi la mbinguni, wakimsifu Mungu na kusema, Atukuzwe Mungu juu mbinguni, na duniani iwe amani kwa watu aliowaridhia".

Unaweza kuona, hata wingi wa jeshi la mbinguni la malaika waliungamana pamoja na wanadamu kufurahia kwa kusherekea kuzaliwa kwake Yesu Kristo.

Isaya 9:6-7:- "Maana kwa ajili yetu mtoto amezaliwa, tumepewa mtoto mwanamume; Na uweza wa kifalme utakuwa begani mwake; naye ataitwa jina lake, mshauri wa ajabu, Mungu mwenye nguvu, Baba wa milele, mfalme wa Amani......."

Mtu yoyote ambaye anapinga kusherekea sikukuu za Krismasi. Mtu wa namna hiyo bila shaka anasema kwa kutumiwa na roho ya shetani bila kujitambua.

(2) Ni Agizo la Biblia kwamba (Siku ya Krismasi) tuishangilie na kuifurahia.

Biblia inasema katika *Zaburi 118:22-24:-* " *Jiwe walilolikataa waashi, limekuwa jiwe kuu la pembeni. Neno hili limetoka kwa Bwana, nalo ni la ajabu machoni Petu; siku hii ndiyo aliyoifanya Bwana, tutashangilia na kufurahi".*

Jiwe kuu la pembeni anayetajwa hapo ni Yesu Kristo (2 Waefeso 2:20). Na siku inayotajwa hapo ni siku yake ya kuzaliwa (Christmas).

Na Biblia inasema tena katika Zaburi 70:4:-" Washangilie, wakufurahie, wote wakutafutao.

Waupendao wokovu wako waseme daima, Atukuzwe Mungu".

Sasa Yesu Kristo alipozaliwa, yeye ndiye aliyefanyika wokovu wa Mungu wetu [Luka 2:27-32; 1 Wakorintho 1:30]. Na ndiomaana wakristo Leo tunaidhimisha siku hiyo ya Krismas kwa kushangilia na kuifurahia, kwa kuzaliwa kwake mwokozi wetu Yesu Kristo, aliyetupatia wokovu. Haleluya!!

(3) Kusherekea Krismasi sio dhambi wala kosa, bali ni mapenzi ya Mungu kwetu.

Biblia inasema katika 1 Wakorintho 10:-" Basi , mlapo , au mnywapo, au mtendapo neno lolote, fanyeni yote kwa utukufu wa Mungu".

Wakolosai 3:17:-" Na kila mfanyalo, kwa neno au kwa tendo, fanyeni yote katika jina la Bwana Yesu, mkishukuru Mungu Baba kwa Yeye".

Ndio maana Siku ya Krismasi mbali tu na kusherekea inavyostahili. Lakini bado imekuwa ni siku maalumu na ya kipekee ambayo mambo mengi mema yanayafanyika ya kuumpa Mungu sifa, heshima na utukufu na shukrani tele, kwetu sisi wakristo tuliookoka. Na Mungu anaonekana kwa namna ya kipekee siku hii pia akiwaponya, akiwaokoa, akiwagusa na kuwatembelea watu wengi.

(4) Sikukuu ya mwandamo wa mwezi ni kivuli cha sikukuu ya kuzaliwa kwa Yesu Kristo

Nyakati za Agano la kale watu waliagizwa kusherekea sikukuu ya Mwandamo wa mwezi, mara tu mwezi ulipoanza kuandama. Watu walisherekea.
Biblia inasema Katika Zaburi 81:3-4:-" PIgeni panda mwandamo wa mwezi, wakati wa mbalamwezi, sikukuu yetu. Kwa maana nu sheria kwa Israeli, ni hukumu ya Mungu wa Yakobo ".

Ni muhimu kuelewa Sikukuu ya Mwandamo wa Mwezi ilikuwa ni picha/mfano/ kivuli cha Yesu Kristo atakayekuja baadaye.

Biblia inasema katika Wakolosai 2:16-17:-" Basi , mtu asiwahukumu ninyi kwa vyakula au vinywaji, au kwa sababu ya sikukuu au Mwandamo wa Mwezi, au sabato ; mambo hayo ni kivuli cha mambo yajayo ; bali mwili ni wa Kristo ".

Sasa Yesu Kristo Leo yeye ndiye anayeitwa ni Nuru halisi ya ulimwengu. Biblia inatuambia katika *Yohana 8:12:-"Basi Yesu akawaambia tena akasema, Mimi ndimi nuru ya ulimwengu, yeye anifuataye hatakwenda gizani kamwe, bali atakuwa na nuru ya uzima".*
[Soma pia Yohana 1:9-10].

Sasa Yesu Kristo kama Nuru halisi iliyokuja katika ulimwengu. Mara tu Wakati huo Alipozaliwa Yesu Kristo katika ulimwengu huu uliojaa Giza. Ilikuwa ni sawa na kama nuru ndogo iliyochomoza na kuanza kuangaza katika ulimwengu huu uliojaa Giza. Na kwa maana hiyo kama katika Agano la kale walivyosherekea sikukuu ya Mwandamo wa mwezi. Jambo hilo lilikuwa ni kivuli tu cha Sherehe ya sikukuu ya kuzaliwa kwake Yesu Kristo, tunapoisherekea leo. Haleluya!!

(5) Tunasherekea Krismas, kwa sababu Yesu Kristo alikuja ili tuwe na uzima tena tuwe nao tele.

Biblia inasema *Yohana 10:10:-" Mwivi (shetani) haji ila aibe na kuchinja na kuharibu; Mimi Yesu nalikuja ili wawe na uzima tena wawe nao tele".*

Kabla ya Yesu Kristo hajaja duniani kwa kuzaliwa kwake. Hapo mwanzoni shetani alituonea, alitutesa na kutuua bila kuwa na msaada wowote ule.

Lakini kwa kuja kwake Yesu Kristo duniani. Alikuja ili atuponye, atuokoe na kutuweka huru mbali na dhambi na vifungo vya shetani. Na kwa kila allitajaye jina la Bwana anaponywa na kuolokewa.

Matendo ya Mitume 10:38:-" Habari za Yesu wa Nazaret, jinsi alivyomtia Mafuta kwa Roho Mtakatifu na nguvu; naye akazunguka huko na huko, akitenda kazi njema na kuponya wote walio onewa na Ibilisi; kwa maana Mungu alikuwa pamoja naye ".

Luka 9:1-2:-" Akawaita wale Thenashara, akawapa uwezo na mamlaka juu ya pepo wote na kuponya maradhi. Akawatuma wautangaze ufalme wa Mungu, NA kuponya wagonjwa".

[Luka 10::17-19]
Kama Yesu asingezaliwa dunia Leo. Maana yake ni kwamba uzima, uponyaji wala wokovu tusingeupata.

Lakini ashukuruliwe Mungu Baba kwa kuwa kwa kuzaliwa kwake Yesu Kristo ametupa uwezo na mamlaka, tena tumeponywa na kuweka huru mbali na vifungo vyote vya Ibliisi. Neno la Mungu linasema katika *Wakolosai 1:12-14:-" Mkimshukuru Baba, aliyewastahilisha kupokea sehemu ya urithi wa watakatifu katika nuru. Naye alituokoa katika nguvu za Giza, akatuhamisha na kutuingiza katika ufalme wa Mwana wa Pendo lake; ambaye katika yeye tuna ukombozi, yaani, msamaha wa dhambi".*

(6) Tunasherea siku ya Krismas, kwa sababu kwa kuzaliwa kwake Yesu Kristo duniani. Ametufanya sisi mataifa mengine yoote nje na Israeli, ambao hapo mwanzo tulikuwa hatuna tumaini wala Mungu duniani. Lakini kupitia kuja kwa Yesu Kristo duniani, tumehesabika pamoja na Israel kuwa sehemu ya urithi mmoja wa watoto wa Mungu.

Maana hapo mwanzo taifa la Mungu na watu wake Yehova walikuwa ni Waisraeli tu. Sisi mataifa mengine tulikuwa hatuna tumaini wala Mungu duniani. Maana yake Tulikuwa ni watu wa kufa tu na kwenda Motoni moja kwa moja.

kama Yesu Kristo asingezaliwa, sisi mataifa mengine nje na Israeli, tungebaki kuwa tumetengwa mbali na uso wa Mungu milele.

Lakini kwa kuja kwake Yesu Kristo duniani alipozaliwa. Tumepatanishwa sisi na Israel kuwa kitu kimoja, sisi sote ni Watoto wa Mungu. Hakuna cha myahudi wala myunani. Biblia inasema katika Waefeso 2:11-21; Wagalatia 3:26-29; 1 Petro 2:5-10.

NB.
Kwa sababu hiyo. Hizo ndizo sababu kuu za msingi ki-biblia zinazotufanya Wakristo tusherekee Krismasi.

Kuamua kusherekea Krismasi au kuacha kusherea yote mawili sio dhambi. kwa maana hakuna andiko linalotukaza kutoshetekea Krismasi wala hakuna sheria ya Andiko linamlolazimisha mtu kusherekea Krismasi.

Kwahiyo kama utapenda basi sherekea kwa utukufu wa Mungu. Vema. Na kama wewe moyoni mwako kwako haupendi kusherekea Krismasi. Basi acha!

La msingi tusikwazane, tusinyosheane vidole wala kuhukumiaana kwa jambo hili la Krismasi. Kila mmoja atumie Uhuru wa imani yake, maadamu kwa kufanya hivyo hatendi dhambi.

Biblia inasema katika *Warumi 14:10-13, 19:- "Lakini wewe je, mbona wanihukumu ndugu yako? Au wewe je, mbona wamdharau ndugu yako? kwa maana sisi sote tutasimama mbele ya kiti cha hukumu cha Mungu. Kwa kuwa imeandikwa, kama niishivyo asema Bwana, kila goti litapigwa mbele zangu, na kila ulimi utamkiri Mungu. Basi ni hivyo, kila mtu miongoni mwetu atatoa habari zake mwenyewe mbele za Mungu. Basi tusizidi kuhukumiana, bali afadhali toeni hukumu, mtu asitie kitu cha kumkwaza ndugu au cha kumwangusha. Basi kama ni hivyo, na tufuate mambo ya amani na mambo yafaayo kwa kujengana".*

La msingi tusihukumiane wala kukwazana kwa wewe unayependa kusherekea Christmas na kwa wewe ambaye husherekei. Bado wote tunabakia ni watoto wa Mungu na tunakwenda mbinguni.

Na la msingi kuliko yote tunaposherekea sikukuu ya Krismasi. Ni Yesu Kristo azaliwe upya ndani ya mioyo yetu. Tubadilike kitabia, kiusemi, kimavazi, kimwenendo na kufanyika kuwa viumbe vipya machoni pa Mungu wetu.

2 Wakorintho 5:17:-" Hata imekuwa, mtu akiwa ndani ya Kristo amekuwa kiumbe kipya; ya kale yamepita; tazama! Yamekuwa mapya".

Na Hakuna maana yoyote ya kusherekea Christmas hii kama bado wewe hujaokoka. Mpe Yesu Maisha yako ndugu yangu. Maana neno la Mungu linasema *Mathayo 1:21:- "Naye atazaa mwana, nawe utamwita jina lake Yesu, maana, yeye ndiye atakaye waokoa watu wake na dhambi zao".*

Mungu awabariki wote kwa kila asomaje ujumbe wa Neno hili.

Nakutakia HERI YA KRISMASI NA MWAKA MPYA.

SURAH YA PILI

KWANINI TUNASHEREHEKEA KRISMASI?

Katika sehemu ya kwanza ya somo hili lilopita tulichambua sana kwa undani kuhusu krismasi na pia tuliona sababu kuu sita (6) ki-biblia zinazotufanya Wakristo kusherekea sikukuu ya Krismasi.

Wapi kwenye Biblia pasema Wakristo washerehekee Sikukuu ya Krismasi?
Sijui kama ulishawahi kujiuliza swali kama hilo, au sijui kama ulishawahi kuulizwa swali kama hilo. Au sijui wewe mwenzangu unasherekea sikukuu hii kwa sababu unajisikia kusherekea.

Tunasherekea sikukuu hii kwa sababu nyingi mno, ambazo hata kama nikizieleza mahali hapa, basi hakika hapatatosha kabisa.

Lakini nataka nimalizie tena Leo nikuambie baadhi ya sababu tano tu za msingi zinazotusukuma sisi sote wakristo ulimwenguni kusherekea sikukuu hii ya christmas. Na Sababu hizo ni kama zifuatazo;

Tunasherekea sikukuu ya Christmas kwa kukumbuka kuzaliwa mwokozi, masihi wetu yaani Yesu Kristo wa Nazareti.

Biblia inasema katika Luka 2:10-11:- "Malaika akawaambia, msiogope; kwakuwa Mimi nawaletea habari njema ya furaha kuu itakayokuwa kwa watu wote; Maana leo katika mji wa Daudi, amezaliwa kwa ajili yenu, Mwokoz, ndiye Kristo Bwana".

Haleluyaaaa?
Kama tulivyotangulia kuona kwamba Kumbukumbu za kuzaliwa kwake Yesu Kristo hazimaanishi kwamba alizaliwa tarehe 25 Disemba, ingawa hakuna Ushahidi wa tarehe hasili ya lini alizaliwa.
Ikumbukwe kwamba hatusherekei tarehe bali tunasherekea kumbukumbu ya tukio la kuzaliwa kwa Mwokozi, nimesema hivyo maana wako watu wengine waliochanganywa na misongo ya ki-maisha wakidhani tunasherekea siku, au tarehe fulani. La hasha!

Watu wa namna hii, sikukuu ya Krismasi imewachanganya hata kutafuta kujua kwamba ni siku gani au terehe gani aliyozaliwa Bwana Yesu.

Siku wala tarehe haitusaidii sisi chochote kabisa, tena tarehe kwetu ni ya nini basi!?
La msingi hapa Tunachotaka kujua ni kuwa na kumbukumbu tu ya ujio wa Bwana na kwa hiyo tunasherekea.

Nabii Isaya alitabili kuzaliwa kwa Yesu (takribani miaka 700 iliyopita kabla ya kuzaliwa kwake Bwana Yesu Kristo) akisema;

"...bikira atachukua mimba,atazaa mtoto mwanamume, naye atamwita jina lake Imanueli." (Isaya 7:14).

Tabiri hii ya Nabii Isaya ni hakika na kweli. Zipo tabiri nyingi zilizowahi kutolewa, lakini tabiri ya nabii Isaya imekamilika maana hakika Bwana amezaliwa. Kuzaliwa kwa Bwana Yesu ni muujiza ambao haukuwai kutokea wala haitegemewi kutokea, sababu kuzaliwa kwake kulitokana na uwezo wa Roho Mtakatifu. Tena angali Bwana Yesu amezaliwa alikuwa tayari amekwisha vikwa uwezo, uweza na nguvu ndani yake.

Sasa waweza kufikiria kwamba ni mtoto gani anayezaliwa akiwa na utiisho wa ki-Mungu kama huo, kwa sababu Biblia inaanza kumuelezea kwamba alipozaliwa tu aliitwa mtoto mwanamume, yaani si mtoto wa kiume bali ni mwanamume ikionesha tayari alikuwa na nguvu za kipekee tena Yeye ni Imanueli Mungu pamoja nasi
[Mathayo 1:23]

Tunasherekea kukumbuka ujio wa wokovu kwa mwanadamu.

Biblia inasema katika Waebrania 2:3:-"Sisi Je! Tutapataje kupona, tusipoujali Wokovu Mkuu namna hii? Ambao kwanza ulinenwa na Bwana Yesu, kisha ukathibitika kwetu na wale waliosikia".

Sote twafahamu kwamba mwanadamu alipotea baada ya lile anguko la dhambi ya Adamu na Hawa pale bustanini Edeni. Mwanadamu alikuwa amehesabiwa kutokuwa na maisha ya raha ya umilele. Lakini kwa kuwa Mungu aliupenda ulimwengu, yaani Bwana Mungu alikupenda wewe na mimi ndipo akamtuma mwanaye wa pekee Yesu Kristo ili kila amuaminie awe na uzima wa milele (Yohana 3:16). Kwa lugha nyepesi ni kwamba tunasherekea siku hii kukumbuka Wokovu aliouleta Bwana Yesu, maana ndani yake ndimo kuna maisha halisi ya umilele.

Yohana 1:4:-" Na ndani yake ndimo ulimokuwa uzima, na ule uzima ulikuwa Nuru".

Tunasherekea kwa kukumbuka ushindi wa Mungu ndani ya Yesu Kristo dhidi ya mamlaka mbovu ya shetani chini ya jua hili.

SIKIA:

Biblia inasema:

" Hata ulipowadia utimilifu wa wakati, Mungu alimtuma Mwanawe ambaye amezaliwa na mwanamke, amezaliwa chini ya sheria, kusudi awakomboe hao waliokuwa chini ya sheria, ili sisi tupate kupokea hali ya kuwa wana." (Wagalatia 4:4-5).

Kumbe kabla ya ujio na kumpokea Bwana Yesu Kristo sisi tulikuwa chini ya sheria. Tukiitumikia miungu ya baba zetu, tulikuwa watu tusiokuwa na Mungu duniani. Hivyo basi hatukuweza kufanyika wana wa Mungu, bali ingawa tulikuwa ni watu wa Mungu tu.

Kwa kuliona hili, Bwana Mungu akamtuma mwanaye azaliwe chini ya sheria ili atukomboe sisi sote na tupokee hali ya kuwa wana wa Mungu. Mungu akarejesha ushirika wa Roho wake kwa mwanadamu, ushirika uliokuwa umepotea pale bustanini baada ya dhambi.

Yohana 1:12-13:-"Bali wote waliompokea aliwapa uwezo wa kufanyika watoto wa Mungu, ndio wale walioaminio jina lake; waliozaliwa, sio kwa damu, wala sio kwa mapenzi ya mtu, bali kwa Mungu".

1 Yohana 3:1-2:-"Tazameni , ni pendo la namna gani alilotupa Baba, kwamba tuitwe wana wa Mungu; na ndivyo tulivyo. Kwa sababu hii ulimwengu hautambui, kwakuwa haukumtambua yeye. Wapenzi, Sasa ti wana wa Mungu, wala haijadhihirika bado tutakavyokuwa; lakini twajua ya kuwa atakapodhihirishwa , tutafanana naye; kwa maana tutamwona kama alivyo ".

Unajua kama Bwana Yesu asingezaliwa, basi tungebakia kuwa ni watu wa miliki ya shetani, watoto wa Ibilisi milele.

Lakini ashukuruliwe Mungu kwa kuzaliwa kwake Yesu Kristo duniani, tumepokea neema na upendo wa kufanyika watoto wa Mungu aliye hai.

Tunasherekea sikukuu hii kwa kukumbuka ujio wa injili duniani.

Biblia inasema katika Marko 1:1:-" Mwanzo wa Injili ya Yesu Kristo, Mwana wa Mungu".

Yesu mwenyewe ndio injili.

Yeye alipozaliwa, njili ndio ilizaliwa kwa mara ya kwanza chini ya jua.

Maana Yeye ni neno, Injili ni Habari njema ziletazo wokovu, hivyo ni neno la Mungu liletalo wokovu kwa kila aaminiye. Biblia imeeleza vizuri sana jambo hili, inasema:-

"Malaika akawaambia, msiogope; kwakuwa Mimi nawaletea habari njema ya furaha kuu itakayokuwa kwa watu wote" (Luka 2:10).

Malaika wa Bwana anatambulisha kuwa ujio wa Yesu Kristo duniani ni ujio wa habari njema ya furaha kuu. Yaani ni ujio wa Injili, maana injili ina furaha ndani yake katika kumbadilisha mtu aliyekuwa mwovu na katili, kumfanya awe mtu mpya mwema, mwuungana, mwenye ukarimu na upendo.

Warumi 1:16:-" Kwa maana siionei haya Injil; Kwa maana ni uweza wa Mungu uletao wokovu, kwa kila aaminiye, kwa myahudi kwanza, na kwa myunani pia."

Kwa kuzaliwa kwake Yesu Kristo, tumeipata Imani iliyo bora zaidi.

Mpaka hapo tumeona sababu kuu kumi (10) za msingi.

Zipo sababu nyingi mno, nyingi sana zinazotufanya wakristo tusherekee sikukuu hii ya Krismasi kwa furaha tele. Siku ya kuzaliwa Masihi ni siku kubwa sana, maana ni kumbukumbu tosha ya ujio wa Ukristo duniani kote. Biblia inasema juu ya hilo katika Waebrania 12:2:-"Tukimtazama Yes, Mwenye kuanzisha na mwenye kuitimiza imani yetuU; ambaye kwaajili ya furaha iliyowekwa mbele yake aliustahimili msalaba na kuidharau aibu, naye ameketi mkono wa kuume wa Mungu".

2 Petro 1:1:-" Simon, Petro mtume na mtumwa wa Yesu Kristo, kwa wale waliopata Imani moja ni sis, yeenye thamani, katika hali ya Mungu wetu, na Mwokozi Yesu Kristo".

Imani ya Ukristo tuliyoipokea ni Imani bora Zaidi, kupita imani zoote duniani. Na Hakuna mtu bora, wa maana mno na wa muhimu sana duniani kama kuwa mkristo. Mkristo ni mtu wa muhimu sana duniani, maana yeye ndiye ofisi /wakili wa ufalme wa Mungu duniani.

Sasa basi kama Yesu asingezaliwa wala hata imani yetu hii ya Ukristo iliyobeba ndani yake: Neema na kweli, baraka na rehema, uweza, mamlaka na nguvu zote za Mungu aliye hai; Isingekuwapo duniani (Yohana 1:16-17; 1 Petro 5:10-12; Waefeso 1:3; 1 Korintho 2:4-5; Mathayo 16:18-19; Luka 10:17-19).

Lakini kwa kuzaliwa kwake Yesu Kristo tuipata Imani iliyo bora zaidi.

NB.

Ngoja nikuambie siri hii , hivi unajua kwamba hakuna msalaba pasipo kuzaliwa kwake Yesu Kristo wa Nazareti. Msalaba ulimuhitaji Yesu azaliwe kwanza chini ya dhambi ingawa Yeye hakutenda dhambi kabisa (Waebrania 4:15).

Sasa unisikilize ndugu; sherehe hii haina maana kwako kama bado Bwana Yesu Kristo hajazaliwa ndani yako. Umaana halisi ni ule Yesu kuzaliwa ndani yako. Kuzaliwa Yesu ndani yako ni kumpa maisha yako, ni kuokoka tu.

Warumi 8:37:-" Lakini katika mambo yote tunashinda, na Zaidi ya kushinda, kwa yeye aliyetupenda".

1 Wakorintho 15:57:-"Lakini Mungu na ashukuruliwe atupaye kushinda kwa Bwana wetu Yesu Kristo".

Tazama hatuna njia nyingine ya ushindi isipokuwa njia hiyo tu kwa Yesu Kristo.
Hivyo tunapomalizia kusherekea kumbukumbu zote hizi ni sawa na kusherekea ushindi dhidi ya kila neno la maisha yetu ya kiroho hata kimwili pia, tunapokuwa ndani ya Bwana Yesu, tumeokoka.

Nakuambia hivi, mtu aliyeokoka siku hii ya Leo ya Krismasi anabubujika machozi ya furaha kwa ujio wa Bwana Yesu mkombozi wetu, na hawezi akakuelezea vyote akamaliza, kwa sababu mambo ya rohoni yana upana mkubwa mno hayaelezeki yakamalizika (Zaburi 119:96).

Tumesema ziko sababu nyingi mno ki-biblia zinazotufanya kusherekea sikukuu hii ya Krismasi.

Lakini ikumbukwe kuwa mambo ya rohoni, hutambulikana kwa mtu wa rohoni, lakini mtu wa mwilini siku hii ya Leo ya kumbukumbu ya ujio wa Bwana Yesu, kwake ni upuuzi tu tena kwake ni jambo la kawaida kabisa tena ndiyo siku ya kwake ya kupanga kufanya maasi. Kumbuka, mshahara wa dhambi ni mauti; bali zawadi ya Mungu ni uzima wa milele katika Kristo Yesu (Warumi 6:23; Yohana 10:9-10).

Baada ya kufa ni hukumu tu ndugu yangu (Waebrania 9:27).

Kwanini usiutumie wakati huu kutafakari maisha yako yakojee mbele za Mungu?
Hivi utaendelea kufanya dhambi zako mpaka lini?

NJOOOOO KWA BWANA YESU KRISTO LEO,
Mlango wa neema bado upo wazi kwa ajili yako.
Bwana Yesu anakuhitaji awe Bwana na mwokozi wa
maisha yako.

Shalom

SURAH YA TATU

KWANINI KRISMASI NI DISEMBA 25?

Je, Tarehe 25 Disemba imetajwa kwenye Biblia?

Kwanini Krismasi ni Disemba 25?

Tuanze na kumsikiliza Yesu akiitumia aya inayo husisha tarehe 25 na alikuja kufanya nini:

Luka 4: 18 Roho wa Bwana yu juu yangu, Kwa maana amenitia mafuta kuwahubiri maskini habari njema. Amenituma *kuwatangazia wafungwa kufunguliwa kwao*, Na vipofu kupata kuona tena, Kuwaacha huru waliosetwa,
19 Na kutangaza mwaka wa Bwana uliokubaliwa.

20 Akakifunga chuo, akamrudishia mtumishi, akaketi; na watu wote waliokuwamo katika sinagogi wakamkazia macho.

21 Akaanza kuwaambia, Leo maandiko haya yametimia masikioni mwenu.

Katika aya ya 18 kwenye Injili kutokana na Luka 4, Yesu anasema amekuja kuwatangazia wafungwa kufunguliwa kwao. Hii ndio kazi Yesu alikuja kufanya. Kutuweka huru wafungwa wote.

Yesu alifahamu fika kuwa tarehe sahihi ambayo wafungwa walifunguliwa ni Disemba 25 na ndio tarehe hiyo leo hii tunasherekea kuja kwake.

Yesu alikuja kuwatangazia Wafungwa wote duniani kufunguliwa kwao. Uthibitisho sahihi wa wafungwa kufunguliwa umenukuliwa kitarehe kama ilivyo shahadiwa hapa chini.

Yeremia 52: 29 katika mwaka wa kumi na nane wa Nebukadreza aliwachukua toka Yerusalemu watu mia nane na thelathini na wawili;

30 katika mwaka wa ishirini na tatu wa Nebukadreza, Nebuzaradani, amiri wa askari walinzi, akawachukua mateka katika Wayahudi watu mia saba na arobaini

na watano; jumla ya watu hao wote ni watu elfu nne na mia sita.

31 Hata ikawa, katika mwaka wa thelathini na saba wa kuhamishwa kwake Yehoyakini, mfalme wa Yuda, katika mwezi wa kumi na mbili, *siku ya ishirini na tano ya mwezi,* Evil-merodaki, mfalme wa Babeli, katika mwaka wa kwanza wa kumiliki kwake, akamwinua kichwa chake Yehoyakini, mfalme wa Yuda, *akamtoa gerezani.* 32 Akasema naye maneno mazuri, akaweka kiti chake juu ya viti vya wafalme waliokuwa pamoja naye huko Babeli.

Katika Yeremia 52 aya ya 31 tumejifunza kuwa tarehe 25 Disemba ni tarehe ambayo wafungwa waliachiwa huru, Je, Yesu alikuja duniani kufanya nini?

Luka 4: 18 Roho wa Bwana yu juu yangu, Kwa maana amenitia mafuta kuwahubiri maskini habari njema. Amenituma *kuwatanzania wafungwa kufunguliwa kwao,* na, vipofu kupata kuona tena, Kuwaacha huru waliosetwa,

"Roho ya Bwana Mungu i juu yangu; kwa sababu Bwana amenitia mafuta niwahubiri wanyenyekevu habari njema; amenituma ili kuwaganga waliovunjika moyo, kuwatangazia mateka uhuru wao, na *hao waliofungwa habari za kufunguliwa kwao.*" Isaya 61:1

Utangulizi

Roho yake Bwana i juu yangu leo ili nikuhubirie wewe mnyenyekevu habari njema, na kuwafungua walio fungwa na kuwaweka huru mateka. Nawatangazia mateka uhuru wao, kutoka mashimoni, kwenye magereza ya kifo, la mauti, la magonjwa ili watoke kwenye magereza hayo kwa maana muda wa kufunguliwa kwao umefika. Unaweza ukawa umefunguliwa muda mrefu lakini bado umekaa kwenye hali hiyo kwa kuwa ulikosa wa kukuambia ya kwamba umefunguliwa somo hili litakuwa tangazo na habari njema ya kufunguliwa kwako kwa jina la Yesu.

Yesu alipowatangazia wale wote waliokaa kwenye Sinagogi na wengine kuwekwa huru na kufunguliwa kwao, wao walikataa na kusema 'sisi si wafungwa, si mateka, sisi ni watoto wa Ibrahimu'. Yesu akajibu akawaambia "kama mngekuwa ni watoto wa Ibrahimu msingenikataa." Yupo mtu amefungwa sana lakini anasema mimi sijafungwa, siuumwi, nimekamilika. unasema hayo kwakuwa hujuhi kama wale wengine.

"Akaenda Nazareti, hapo alipolelewa; na siku ya sabato akaingia katika sinagogi kama ilivyokuwa desturi yake, akasimama ili asome. Akapewa chuo cha nabii Isaya, akakifungua chuo, akatafuta mahali palipoandikwa, Roho wa Bwana yu juu yangu, Kwa maana amenitia mafuta kuwahubiri maskini habari njema. Amenituma kuwatangazia wafungwa kufunguliwa kwao, Na vipofu kupata kuona tena, Kuwaacha huru waliosetwa,Na kutangaza mwaka wa Bwana uliokubaliwa. Akakifunga chuo, akamrudishia mtumishi, akaketi; na watu wote waliokuwamo katika sinagogi wakamkazia macho. Akaanza kuwaambia, Leo maandiko haya yametimia masikioni mwenu." Luka 4:16-21

Watu wengi wamechukuliwa mateka, wamenaswa kwenye mashimo, na yule aliyetumwa kuwateka mateka hana mpango wa kuwaachilia mateka, ndipo Yesu akaja mwenyewe kuwatangazia uhuru watu wajue kuwa uhuru wao huu tayari. Maana unaweza ukawa ulifungwa na vifungo vikalegezwa, lakini ukaendelea kukaa kwenye kifungo hicho bila kujua. Unaweza ukawa umeponywa lakini bado ukajiona mgonjwa kwakuwa ulikosa wa kukutangazia uhuru wako.

Ni vizuri ujue aliyesema maneno haya ni nani? Na aliyewafunga watu ni nani? Aliyeyasema maneno haya ni nabii Isaya, yeye alimuongelea mtu aliyewafunga watu na kuwaweka mateka asiwaruhusu kutoka kwenye vifungo hivyo. Sifa nyingine ya anayewafunga watu ni kuangusha mataifa, kuangusha kazi zao, biashara zao, ndoa zao, n.k. Na anaye wafunga watu ni Shetani, yeye alikuwa malaika wa ngazi ya kerebu, alivyohasi akatupwa chini hata mwisho wa shimo ndiye mwenye sifa ya kukamata watu na kuwateka na kuwafunga magerezani.

"Jinsi ulivyoanguka kutoka mbinguni, Ewe nyota ya alfajiri, mwana wa asubuhi! Jinsi ulivyokatwa kabisa, Ewe uliyewaangusha mataifa! Nawe ulisema moyoni mwako, Nitapanda mpaka mbinguni, Nitakiinua kiti changu juu kuliko nyota za Mungu; Nami nitaketi juu ya mlima wa mkutano, Katika pande za mwisho za kaskazini. Nitapaa kupita vimo vya mawingu, Nitafanana na yeye Aliye juu. Lakini utashushwa mpaka kuzimu; Mpaka pande za mwisho za shimo. Aliyeufanya ulimwengu ukiwa, akaipindua miji yake; Asiyewafungua wafungwa wake waende kwao?" Isaya 14:12-17

Kwa kawaida katika nchi yetu watu wakivunja sheria hufungwa kulingana na makosa yao, wengine wiki, siku, mwezi au mwaka na wengine maisha. Lakini huyu [shetani] yeye alikuwa anawafunga watu maisha, ndipo Yesu akaja kuwafungua waliofungwa na shetani na kuwatangazia uhuru wao kutoka kwenye magareza.

Magereza yanayo ongelewa hapa si magereza ya kawaida bali ya ulimwengu wa roho, unaweza ukawa mzima kabisa lakini kazi yako imefungwa, unaweza ukawa na kazi njema lakini umefungwa kwenye gereza la magonjwa, ulikuwa unaona vizuri lakini macho yako yamefungiwa. Leo Bwana amekuja kuyafungua ili yarudi mahali pake, ili uone kazi, uone fursa na kila kitu kwa jina la Yesu.

Aliyewafanya watu mateka hapendi wala hafikirii au hana mpango wala hawazi kuwaachia huru, yeye kazi yake ni kufunga. Lakini akiona mtu anakuja kumfungua anakuwa makali sana, hapendi mtu atoke kwenye gereza, akiona mtu ametumwa na Bwana akufungue anasababisha matatizo ili usifunguliwe. Ni mkali mno na asiyetaka kuwafungua watu, wasirudi kwao.

Kwao ni wapi? Ulikuwa na ndoa yenye furaha, mara ukahamishwa kutoka kwenye furaha kuingia kwenye ngumi, kila siku ni ugomvi kati yako na mumewe. Ukiomba mswaki asubuhi kwa mkeo mara unapewa ngumi. Lakini leo Bwana anataka kukurudisha kwenye furaha yako kwa jina la Yesu.

Yesu aliwatuma wanafunzi wake katika malango ya mji njia panda kuwafungua kondoo wawili mtoto na mkubwa. Walifungwa kuingia kwenye kazi, kwenye biashara, kwenye ndoa n.k wamekosa uamuzi wamekaa katika njia panda, Yawezekana nawe umefungwa njia panda umeshindwa kufanya lolote, umeshindwa cha kuamua, leo Bwana amekuja kukufungua kutoka kwenye vifungo vyako ili uwe kufanya maamuzi, uanze kazi, biashara n.k.

"Hata walipokaribia Yerusalemu, na kufika Bethfage, katika mlima wa Mizeituni, ndipo Yesu alipotuma wanafunzi wawili akiwaambia, Enendeni mpaka kijiji kile kinachowakabili, na mara mtaona punda amefungwa, na mwanapunda pamoja naye; wafungueni mniletee." Mathayo 21:1-2

Wachawi wakikufunga wanakaa karibu sana nawe kuliko nguo ulizo vaa; aliyekufunga anaweza kuwa jirani, rafiki au ndugu. Anaweza akawa anakusomesha shule kumbe ndani ya masomo kuna mtego ndani yake, yuleyule anayekusaidi ndie aliyekufunga, Amekuweka njia panda usiweze kuamua kwamba ujenge nyumba au uanze biashara au uanze kazi.

Yesu aliwaambia wanafunzi wale aliowatuma, mkifika mahali pale mtu akiwauliza nani kawatuma kuwafungua kondoo? mjibuni Bwana anahaja nao. Watu waliokufunga hawataki uendelee, ufanikiwe, wakiona duka linaongezeka wanakuwa wakali sana, wanazuia, wanapinga usifanikiwe. Lakini Bwana amekuja kukufungua kwa kuwa anahaja nawe.

"Na kama mtu akiwaambia neno, semeni, Bwana anawahitaji; na mara huyo atawapeleka." Mathayo 21:3

Kuna mtu yuko mahali amefungwa, kila akipata kazi anafukuzwa, mwingine upo kanisani lakini roho yako imefungwa kwenye shamba la mtu au kwenye duka la mtu, yeye anapata faida kupitia wewe lakini wewe unazid kudidimia. kupata chakula kwako imekuwa shida, hujapata kazi upo kama ulivyo. Mtekaji hataki utoke kwenye kifungo hicho amewekuwekea walinzi

kumtumikia Mungu lakini bado ni mmbea. Ukisikia Tangazo hili toka shimoni kwa sababu wao hawapendi kuwafungua watu warudi kwao, dunia haiwezi kukufungua, shetani si rafiki yako ni adui anatengeneza mipango ili tu ubaki kwenye kifungo.

Mtu anaweza kufungwa na kuwekwa shimoni, kisha ukaona moyo wake umebadilika, ukaona tabia yake imeharibika. Unaweza kumuona mtu anaumwa macho hadi anabadilishiwa miwani kila mwezi. Kuna binti mmoja alikuja kanisani na miwani, nikamuombea akapona kabisa. Kuna wakati mwingine unamwona mtu miguu inamuuma unamuombea unamwambia simama uende lakini anaendelea kuwa hivyo kwa kuwa yule aliyemfunga hataki kuwaachia.

Bwana anasema 'nimekuita kwa haki na nimekushika kwa mkono na kukulinda, ili uwe na agano kwa ajili ya watu na nuru ya mataifa. Ili uyafunue macho ya vipofu na waliokuwa katika nyumba ya utumwa. Ukiwa gerezani huwezi jua nini kinaendelea katika ulimwengu wa kawaida, huwezi kuona maendeleo, huwezi kuona uzao wako unaenda vibaya au la. Sera ya kumpeleka mtu shimoni jambo la kwanza nikumfanya mtu awe kipofu, mtu akitiwa upofu hata ukimwambia mtu njoo kanisani anakuwa na maneno, ukimwambia acha dhambi analeta mzaa kwa kuwa amekuwa kipofu hauoni tena, haoni kama amechukuliwa msukule.

"Mimi, Bwana, nimekuita katika haki, nami nitakushika mkono, na kukulinda, na kukutoa uwe agano la watu, na nuru ya mataifa; kuyafunua macho ya vipofu, kuwatoa gerezani waliofungwa, kuwatoa wale walioketi gizani katika nyumba ya kufungwa." Isaya 42:7

Ukitekwa na kuwekwa kifungoni akili zinakuwa haifanyi kazi na macho hayaoni. Ndio maana unaweza mkuta yupo jalalani unamwambia toka hapa, anajibu anasema niko 'Marekani nakula raha usinisumbue.' Si yeye anayesema ndani yake bali pepo wamekaa kumzuia asitoke kifungoni. Jambo la ajabu wale wanaotoa matangazo ya ajabu au ya madhara ni watu wanaoonekana wamevaa vizuri, ili wawavutie watu waingie dhambini. Unashangaa mtu anaenda kukutana na mtu gesti anazini naye bila kumfahamu, si kwa akili zake bali amepofushwa macho.

Mkristo anapaswa kulipokea neno la Mungu kwa unyenyekevu. Kinachokufanya ukwame mahali ni kwa sababu haunyenyekei kwenye neno la Mungu, Neno la Bwana likitoka lazima ulishike na upige nalo likupeleke mahali. Je wewe unanyenyekea kwenye neno la Mungu? Wahubiri hawapo hapa kuchekesha, kamata kila Neno linalotoka kwenye vinywa vyao libebe litumie kwenye maisha yako. Musa aliwaambia watu maneno mengi aliyo ambiwa na Mungu, ndipo Yethro akasema maneno yote uliyoyasema tunayo na tutayatumia. Biblia inasemaMtu yule anayesikia neno la Mungu asilitendee kazi anafananaishwa na mtu anayejiangalia kwenye kioo kisha anajisahau. Mtu anayeshika neno nakulitenda anafananishwa na mtu mwenye hekima aliyejenga nyumba yake kwenye mwamba, mafuriko, upepo uje lakini yeye atasimama. Bwana akusimamishe tena ujenge nyumba kwenye mwamba kwa jina la Yesu.

Kuna vipofu maprofesa, wafanyabiashara, mawaziri. Yupo mtu amekomaa na bagia tu, chapati tu, unga tu hana biashara ya zaidi kumuingizia kipato. Kifungo cha mtu kinaanzia kwenye upofu, ukipata upofu unawekwa gerezani na mtu aliyeshimoni amefungwa macho anaona ni pazuri kumbe yupo kwenye mlima, kwenye mapori, kwenye misitu kwakuwa amepigwa upofu hawezi kufikiria lolote. Unamkuta unamwambia mtu tukatafute kazi lakini hataki kwakuwa yupo kifungoni. leo Bwana akuamshe mahali ulipolala kwa jina la Yesu.

Nyumba za giza zimejaa watu, nyota za watu, zimejaa misukule, zimejaa ndoa za watu, kazi za watu, zimejaa miguu na mali za watu. Uonapo maisha yako ni giza au uelewi kesho yako itakuwaje ni kwasababu umefungwa na kuwekwa kwenye nyumba ya giza na umetiwa upofu usiweze kuona tena.

Tangazo la Yesu limekwisha kutoka, ukisikia Tangazo hili utoke kwenye kila kifungo ulichofungiwa, utoke kwenye jela ya kushindwa kwenye kazi; jela ya ndoa, utoke kwenye jela ya ndoa. Ni wakati wako wa kutoka kwenye jela hilo, usisubiri ufuatwe mahali ulipo, ukisikia Tangazo unatoka kifungoni unaenda mahali pako kwa jina la Yesu. Leo Bwana akutoe kifungoni, ulipozuiliwa naagiza moto wa Mungu ukutoe kwa jina la Yesu.

Shetani aliwahi kushindana na Yesu alipotoa Tangazo la kuwatoa watu mashimoni, nakuwafungua watu kwenye vifungo vyao. Wakamkokota wakataka wamtupe kwenye bonde lakini Yesu akapita katikati yao. Huu ni wakati wa kukimbilia nyumbani mwa Bwana, kumwambia kama unanibariki au la, si wakati wa kukaa bila kazi, bila ndoa umekaa kwenye nyumba ya giza. Leo upite katikati ya wanaokuzuia kwa jina la Yesu.

Usikubali kubaki kama ulivyo, kama ukianza kazi usikubali kubaki ulivyo, usikubali kubaki kwenye ndoa ya mateso,usikubali kubaki kwenye mtaji wa ndizi kumi. Inabidi uongezeke, ukiolewa basi uzae, ukifanya kazi basi ujenge ukianza biashara ufanikiwe, ukikaa kwenye kazi ufanikiwe, lakini wachawi wanafurahi sana ubaki kwenye taabu. Wana wa Israeli walipotanagaziwa kutoka kwenye utumwa walipita kwenye nyumba za wamisri wakichukua mali wakaondoka nazo, nawe Bwana akutoe na kazi, biashara na elimu yako kwa jina la Yesu.

"kuwaambia waliofungwa, Haya, tokeni; na hao walio katika giza, Jionyesheni. Watajilisha katika njia, na juu ya majabali watapata malisho. Hawataona njaa, wala hawataona kiu; hari haitawapiga, wala jua; kwa maana yeye aliyewarehemu atawatangulia, naam, karibu na chemchemi za maji atawaongoza. Nami nitafanya milima yangu yote kuwa njia, na njia kuu zangu zitatukuzwa zote." Isaya 49:9-11
Mchawi anaweza kukufunga wewe kwakuwa umetenda dhambi na ni halali wewe kufungwa

kwakuwa wewe ni mkosaji, lakini akipatikana mwenye nguvu yeye anaweza kumfungua yule aliyetekwa kihalali. Mungu anasema yeye 'atasema na wale waliowafunga watu kihalali ili awatoe, leo Yesu amekuja kutafuta na kuwaweka huru waliofungwa kihalali kwaajili ya dhambi zao pia.

Roho ya mtu inaweza kukamatwa, mwili kukamatwa, sehemu ya mtu inawezwa kukamatwa, kushikwa sana mahali. Umeshikwa usisome, usishike mimba, lakini Mungu amekuja ili akutoe kwenye vifungo (Ayubu 33:20-30). Mkozi wetu Yesu ni hodari anataka utoke upate starehe na furaha tena. Bwana nataka utoke kwenye mashimo na uyaelekee mafanikio yako na ndoa yako yenye furaha kwa jina la Yesu.

"Bwana wa majeshi asema hivi, Wana wa Israeli, na wana wa Yuda, wameonewa pamoja; na wote waliowachukua mateka wanawashika sana; wanakataa kuwaacha. Mkombozi wao ni hodari; Bwana wa majeshi ndilo jina lake; yeye atawatetea kwa bidii, apate kuistarehesha nchi, na kuwasumbua wakaao katika Babeli" Yeremia 50:33 – 34

Ukisikia Tangazo hili si wakati wa kufanya moyo wako mgumu, ni wakati wa kukimbilia nyumbani mwa Bwana ili ukutane na Yesu. Ukimpokea Yesu kuwa

Bwana na mwokozi wa miasha yako yeye anakueka huru pamoja na familia yako na mambo yako yote.

Yeremia 52: 31 Hata ikawa, katika mwaka wa thelathini na saba wa kuhamishwa kwake Yehoyakini, mfalme wa Yuda, ***katika mwezi wa kumi na mbili, siku ya ishirini na tano ya mwezi***, Evil-merodaki, mfalme wa Babeli, katika mwaka wa kwanza wa kumiliki kwake, akamwinua kichwa chake Yehoyakini, mfalme wa Yuda, akamtoa gerezani. 32 Akasema naye maneno mazuri, akaweka kiti chake juu ya viti vya wafalme waliokuwa pamoja naye huko Babeli.

Luka 4: 18 Roho wa Bwana yu juu yangu, Kwa maana amenitia mafuta kuwahubiri maskini habari njema. Amenituma kuwatangazia wafungwa kufunguliwa kwao, Na vipofu kupata kuona tena, Kuwaacha huru waliosetwa,

Shalom,

SURAH YA NNE

KWANINI WAKRISTO TUNATUMIA MTI WA KRISMASI?

Kwenye sura hii ya Nne tutajifunza kwanini Wakristo wanatumia mti wa Krismasi kwa kuangalia vipengele vinne ambavyo ni:-

1. Historia ya Mti wa Krismasi.
2. Kwanini Wakristo wanatumia mti wa Krismasi?
3. Vitu viwili vya kuepuka katika sherehe ya Krismasi.
4. Majibu ya ufafanuzi kwa wapinga Krismasi.

Mstari muhimu wa kukumbuka:-
Isaya 60:13:-" Utukufu wa Lebanoni utakujia wewe, (miti ya) mberoshi na mtidhari na mteashuri pamoja; ili kupapamba mahali pangu patakatifu, Nami nitapatukuza mahali pa miguu yangu."

Utangulizi

Katika kipindi kama hichi cha kusherekea sikukuu ya Krismasi. Moja vitu muhimu sana vinavyotumika katika kuipamba na kuitambulisha sherehe hii ni hichi kinachoitwa "Mti wa Krismas" (Christmas tree). Ambao mti huu ni maarufu sana duniani kote katika kuitambulisha Krismas yenyewe. Kila inapofikia majira kama haya ya sikukuu hii, mti huu huwekwa kama pambo muhimu la Krismasi katika makanisa au majumbani mwetu.

Mti huu wa Krismas una historia yake hata kabla ya kuingizwa kwa sherehe yenyewe ya Krismas hapo kabla.

Wako watu wengine kwa mafundisho yao potofu ya kutokuiekewa ile kweli halisi ya Biblia na kutokuwa na ufahamu mzuri wa kupambanua kujua kipi ni kipi kilicho sahihi na ambacho siyo sahihi kukifuata. Watu hao wapotoshaji wa sikukuu hii, wanapoona wakristo hasa tuliookoka kwenye makanisa ya kipendekoste tunautumia huo mti wa Krismasi. Kumekuwa na kelele zao nyingi za kutukashifu imani yetu eti kwa kuutumia huo mti wa Krismas eti tunaabudu miungu ya kipagani ~Tamuz na kufuata desturi za kipagani.

Hii siyo kweli halisi. Bali ni hila za shetani tu za kupindisha pindisha mambo kihistoria ili kututoa katika msingi wa imani yetu ya kweli. Hatunabudi kuwa na ufahamu mzuri katika kuilewa historia na kuipambanua vyema kulingana na kipimo cha kweli ya Neno la Mungu (Biblia).

Wakolosai 2:4-8:- "Nasema neno hili, mtu asije akawadanganya kwa maneno ya kushawishi. Maana nijapokuwa sipo kwa mwili, lakini nipo pamoja nanyi kwa roho, nikifurahi na kuuona utaratibu wenu na uthabiti wa imani yenu katika Kristo. Basi kama mlivyompokea Kristo Yesu, Bwana, enendeni vivyo hivyo katika yeye; wenye shina na wenye kujengwa katika yeye; mmefanywa imara kwa imani, kama mlivyofundishwa; mkizidi kutoa shukrani. *Angalia mtu asiwashawishi asiwanyie mateka kwa elimu yake bure na madanganayo matupu,* kwa jinsi ya mapokeo ya wanadamu, kwa jinsi ya mafundisho ya awali ya ulimwengu, wala si kwa jinsi ya Kristo."

Waefeso 4:14-15:- "ili tusiwe tena watoto wachanga, tukitupwa huku na huku, na kuchukuliwa na kila upepo wa elimu, kwa hila ya watu, kwa ujanja, tukizifuata njia za udanganyifu. *Lakini tuishike kweli* katika upendo na kukua hata tumfikie yeye katika yote, yeye aliye kichwa, Kristo.".

Kumekuwa na kelele nyingi za mafundisho ya upotoshwaji kwa kigezo kupitia dondoo za kihistoria kuhusu sherehe hii ya Krismasi. Neno la Mungu limetuonya hapo tusidanganyike bali tuifahamu iliyo kweli na kuishika.

N.B:- Wakristo katika imani yetu ya wokovu hatuongozwi na historia kama dira ya imani yetu. Biblia ndio dira yetu na kipimo chetu. Na historia yoyote ile usahihi wake tutaufuata baada ya kuupima kwa misingi ya Neno la Mungu (Biblia) inasema nini au inatufundisha nini kuhusu jambo husika! ". Sio lazima jambo hilo litajwe moja kwa moja kama lilivyo, bali Biblia imetupa kanuni zilizoko kwenye maandiko za kupima kila jambo kama ni vyema au sio vema kwa Mungu.
[2 Petro 1:19; Zaburi 119:105; 2 Timotheo 3:15-17].

Ndiomaana tuko hapa leo ili kujifunza neno la Mungu kwa usahihi. Ili Kupitia katika somo hili tupate ufafanuzi na kuelewa kilicho sahihi kwetu wakristo tuliookoka kukifuata.

SURAH YA TANO

HISTORIA YA MTI WA KRISMASI

ORIGIN OF THE MODERN CHRISTMAS TREE
(Christmas tree - Wikipedia)

Modern Christmas trees originated during the Renaissance of early modern Germany. Its 16th-century origins are sometimes associated with Protestant Christian reformer Martin Luther, who is said to have first added lighted candles to an evergreen tree.

The first recorded Christmas tree can be found on the keystone sculpture of a private home in Turckheim, Alsace (then part of Germany, today France), dating 1576.

While today the Christmas tree is a recognized symbol for the holidays, it was once a pagan tradition unassociated with Christmas traditions.

Other sources have offered a connection between the symbolism of the first documented Christmas trees in Alsace around 1600 and the trees of pre-Christian traditions. For example, according to the Encyclopedia Britannica, "The use of evergreen trees, wreaths, and garlands to symbolize eternal life was a custom of the ancient Egyptians, Chinese, and Hebrews. Tree worship was common among the pagan Europeans and survived their conversion to Christianity in the Scandinavian customs of decorating the house and barn with evergreens at the New Year to scare away the devil and of setting up a tree for the birds during Christmas time.

During the Roman mid-winter festival of Saturnalia, houses were decorated with wreaths of evergreen plants, along with other antecedent customs now associated with Christmas.

The Vikings and Saxons worshiped trees.

In Poland there was an old pagan custom of suspending a branch of fir, spruce or pine called Podaniczka from the ceiling. An alternative to this was mistletoe. The branches were decorated with apples, nuts, cookies, colored paper, stars made of straw, ribbons and colored wafers. Some people believed that the tree had magical powers that were linked with harvesting and success in the next year.

In the late 18th and early 19th century, these traditions were almost completely replaced by the German custom of decorating the Christmas tree. (Christmas tree - Wikipedia)

Uchambuzi Wake Uko Hivi

Kama ulivyosoma hapo juu. Miongoni mwa wapagani wa ulaya kabla ya kuwa wakristo na suala hili la Krismas kuanza. Hapo mwanzoni kabla, wapagani hao walikuwa na desturi ya Ibada ya kuabudu mimea/miti ya kijani na kuipamba, wakaingiza majumbani mwao. Kwa sababu waliamini kwamba miti hiyo ilikuwa na nguvu za kimiujiza za kuweza kuwalinda na roho ovu , katika kuwapa mavuno na kuwafanikisha katika mwaka ujao. Miti hiyo pia ilishirikishwa na masuala ya sikukuu ya miungu (sarturnalia-mungu wa kilimo). Na hata baada ya wapagani hao kuwa wakristo waliendelea kuwa na imani hiyo juu ya miti.

Kwa sababu miti hiyo ilitumiwa na wapagani. Sasa Je, Wakristo kutumia miti hiyo ni kosa?

Jibu ni hapana! Kwa sababu gani? Ni muhimu kuelewa vizuri Biblia neno la Mungu inaiita miti hiyo kuwa ni "Miti ya Bwana" yeye ndiye aliyeiumba na kuifanya kuwako mimea yote. Biblia inasema katika Isaya 41:19-20:-"Nitapanda katika jangwa mwerezi, mshita, mhadasi, na mbono; nitatia katika nyika mberoshi, mtidhari, na mteashuri pamoja; ili waone, na kujua, wakafikiri, na kufahamu pamoja, ya kuwa mkono wa Bwana ndio uliofanya jambo hilo. Mtakatifu wa Israeli ndiye aliyeliumba."

Zaburi 104:16:- "Miti ya BWANA nayo imeshiba, Mierezi ya Lebanoni aliyoipanda".

Unaweza kuona! Kumbe hiyo miti siyo ya wapagani, ni ya Mungu. Kwahiyo kama miti ni ya Mungu. Sio kosa sisi wakristo kuitumia. *Inategemea tu ni matumizi gani jinsi tunavyoitumia.* Kuitumia miti yoyote au mimea yoyote kama kifaa kwa ajili ya matumizi ya kumpa yeye Mungu utukufu sio kosa. Ni halali kabisa!

Kwa mfano juu ya hilo Biblia inasema:- " Msifuni, jua na mwezi; msifuni, nyota zote zenye mwanga. Msifuni, enyi mbingu za mbingu, na maji mlioko juu ya mbingu........Msifuni Bwana kutoka nchi, Enyi nyangumi na vilindi vyote......Milima na vilima vyote, Miti ya Mitende na mierezi yote. Na vilisifu jina la BWANA, kwa maana aliamuru vikaumbwa..... " [Zaburi 148:1-13]. "Kwa hukumu zako vimesimama imara hata leo, Maana vitu vyote ni watumishi wako" [Zaburi 119:91].

Unaweza kuona! Kumbe miti nayo ni miongoni mwa vitu vinavyopaswa kutumiwa kumwadhimisha yeye Bwana katika kumtumikia na kumsifu (kumpamba). Sasa ni muhimu kuelewa vizuri walichokosea wapagani sio kutumia hiyo miti, bali ni Matumizi mabaya ya hiyo miti. Wao kwa ujinga wao kosa kubwa walilolifanya ni "kuiabudu hiyo miti na kuitumaini kama kinga yao badala ya Mungu aliye hai. Waliiweka imani yao kwenye mti badala ya kwa Mungu aliye juu". Ndiyo kosa!

Neno la Mungu linatuonya tusiwe na miungu mingine ila Bwana na tena hatupaswi kukitumainia chochote kile badala ya kumtumainia Mungu wetu aliye juu.

Habakuki 2:18-20:-" Sanamu ya kuchora yafaa nini, hata yeye aliyeifanya ameichora? Sanamu ya kuyeyuka, nayo ni mwalimu wa uongo, yafaa nini, hata yeye aliyeifanya aiwekee tumaini lake, na kufanya sanamu zisizoweza kusema? Ole wake yeye auambiaye mti, Amka; aliambiaye jiwe lisiloweza kusema, Ondoka! Je! Kitu hicho kitafundisha? Tazama, kimefunikwa kwa dhahabu na fedha, wala hamna pumzi ndani yake kabisa. Lakini Bwana yumo ndani ya hekalu lake takatifu; dunia yote na inyamaze kimya mbele zake."

Kumbukumbu la Torati 16:21-22:" Usipande Mti uwao wowte kuwa ashera (mungu) kwako kando ya madhabahu utakayofanya ya Bwana, Mungu wako. Wala usisimamishe nguzo; ambayo Bwana, Mungu wako, aichukia."

Soma pia [Kutoka 20:3; Isaya 44:14-19; Zaburi 52:7-8].

Ifahamike vizuri kuwa sisi wakristo tuliookoka tunapoitumia miti hiyo ya Krismasi hatuitumii kwa malengo yale kama walivyoitumia wao wapagani. Maana yetu ya kuitumia miti hiyo iko tofauti kabisa na jinsi ilivyokuwa ikitumika kwa wapagani. Sisi hatuitukuzi wala kuiabudu miti hiyo, wala tumaini la imani yetu haiko juu ya mti bali kwa Bwana.

KWANINI WAKRISTO WANATUMIA MTI WA KRISMASI?

Kwanini Wakristo wanatumia mti wa Krismasi?

Ni kwa mambo makuu mawili:-

(1) Sisi tunautumia mti huu kama pambo tu la sherehe. Na hata ukiingia makanisani wakati wa majira haya ya Christmas, miti hii hupamba kwenye madhabahu, malangoni n.k. nyumbani mwa Mungu wetu.

Na jambo hili la kupamba kwa miti liko ki-biblia pia. Tazama neno la Mungu linavyosema:-

Isaya 60:13:- "Utukufu wa Lebanoni utakujia wewe, (miti ya) mberoshi na mtidhari na mteashuri pamoja;

Ili kupapamba mahali pangu, Nami nitapatukuza mahali pa miguu yangu."

Ndani pia ya hekalu la sulemani alilomjengea Mungu kulikuwamo na miti fulani ya mapambo katika kupapendezesha mahali patakatifu
[2 Mambo ya Nyakati 3:5-6; 1 Wafalme 6:14-18].

Na si hilo tu. Kuhusu hoja ya kuitumia miti nyakati za sikukuu. Bado hata hapo ni jambo linaloungwa mkono ki-biblia. Sio kosa wala sio upagani. Tazama neno la Mungu linachosema kwa mfano katika *Mambo ya Walawi 23:39-41:-" Lakini siku ya kumi na tano ya mwezi wa saba, hapo mtakapokuwa mmekwisha kuyachuma mavuno ya nchi, mtaweka sikukuu ya BWANA muda wa siku saba; siku ya kwanza kutakuwa na kustarehe kabisa, na siku ya nane kutakuwa na kustarehe kabisa. Nanyi siku ya kwanza mtajipatia matunda ya MITI MIZURI, na MAKUTI YA MITENDE, na MATAWI YA MITI MINENE, na mierebi ya vijitoni; nanyi mtafurahi mbele za BWANA, Mungu wenu, muda wa siku saba. Nanyi mtaishika kuwa sikukuu kwa BWANA muda wa siku saba katika mwaka; ni amri ya milele katika vizazi vyenu; mtaishika katika mwezi wa saba."*

Kwahiyo watu wanaotaka kujua uhalali wetu ki-biblia wa kutumia miti nyakati hizi za sikukuu, andiko hilo hapo. Kama watatuita sisi wakristo kwa kutumia miti hiyo eti ni upagani. Hao ni wapumbafu wa kawaida! Hawaijui Biblia kwamba Mungu ndio mwanzilishi wa elekezo la kutumia mti wakati wa sikukuu kwa msingi huo huo pia.

(2) Ni ishara ta Mti wa Uzima kupitia kwa Yesu Kristo Mwokozi

Kwanini mti wa Krismasi unahusishwa na tendo la kuzaliwa kwa Yesu? Hili ni tendo hasa la ufunuo wa rohoni zaidi. Lakini mtu ukiwa mwilini huwezi elewa lolote.

Ipo hivi! Baada ya mwanadamu kuanguka dhambini katika bustani ya Edeni. Alihukumiwa adhabu ya kifo. Na baada ya hapo Mungu alimfukuza kutoka katika bustani ya Edeni. Na hakuweza kuruhusiwa tena kula matunda ya mti wa uzima, Mungu alisema wakila hawa wataishi milele. Biblia inasema Mungu akailinda njia ya Mti wa Uzima, ili mwanadamu asije akausogelea [Mwanzo 3:22-24].

Dhambi ndiyo iliyotutenganisha na mti wa uzima na kufanya tufe milele. Tulipotea kutoka kwenye njia ya mti wa uzima.

Sasa ni muhimu kuelewa Yesu Kristo alizaliwa ulimwenguni ili awaokoe wenye dhambi. Tena Alikuja kutufuta na kuokoa kile kilichopotea njia [Mathayo 1:21; Luka 19:9-10].

Sasa Yesu Kristo alipozaliwa ulimwenguni, yeye ndiye aliyekuwa ni njia ya huo mti wa uzima [Yohana 14:6; Mithali 3:18].

Ndiomaana, Mti wa Krismas mara nyingi utakuta umepambwa kwa namna fulani ya mfano wa matunda na nyota/taa zenye mwanga. Nyota/taa juu ya mti huo vinamwakilisha Yesu Kristo mwenyewe [Mathayo 2:1-11; Ufunuo 22:16; Yohana 8:12]. Kumbuka Yesu Kristo yeye ndiye njia. Sasa mti huo kupambwa kwa nyota/taa, maana yake inamainisha kuwa Yesu Kristo yeye ndiye njia ya huo mti wa uzima.

Sasa kwa ujumla wake *Mti wa Krismasi* unatufundisha mambo makuu mawili kwamba:-

(i) Yesu Kristo amekuja kuturudisha kwenye mti wa uzima

(ii) Na sisi tulio ndani ya Yesu yaani tuliookoka, ndio wenye kibali cha kuishi milele kwa kula matunda ya mti ule wa uzima. Haleluya!

Ufunuo 22:1-5, 14:- "………Heri wazifuao nguo zao, wawe na amri kuendea huo mti wa uzima, na kuingia mjini kwa milango yake"

Ufunuo 2:7:- "Yeye aliye na sikio, na alisikie neno hili ambalo Roho ayaambia makanisa. Yeye ashindaye, Nitampa kula matunda ya mti wa uzima, ulio katika bustani ya Mungu ". Haleluya!

Ndiyo maana mti wa krismas umekuwa ni alama/nembo muhimu kote duniani katika kuitambulisha Krismas. Hii ndiyo maana ya mti huu na makusudi ya sisi wakristo kuuendelea kuutumia mti huo katika makanisa yetu, majumbani mwetu nakadhalika katika majira haya ya sikukuu.

Shalom,

SURAH YA SABA

KWANINI TUNASHEREHEKEA SIKUKUU YA KRISMASI? JIBU KWA WAISLAM

Krismasi maana yake nini?

"Krismasi," kinasema kitabu cha Encyclopedia of Religion, inamaanisha "'Misa ya Kristo,' yaani, misa ya kusherehekea kuzaliwa kwa Kristo."

Tunasherekea sikukuu (IDI) ya Kristmasi kwa kukumbuka kuzaliwa Mwokozi, Masihi wetu yaani Yesu Kristo wa Nazareti. Zaidi ya hapo, sikukuu ya kuzaliwa husherekewa mtu anapo kuwa hai, kumbe basi tunasherekea Yesu Kristo aliye hai milele yote.

Hivyo basi naweza kusema kuwa tunasherekea kukumbuka ujio wa Wokovu kwa Mwanadamu. Sote twafahamu kwamba mwanadamu alipotea baada ya lile anguko la dhambi ya Adamu na Hawa pale bustani ya Eden.

Mwanadamu alikuwa amehesabiwa kutokuwa na maisha ya raha ya umilele. Lakini kwa kuwa Mungu aliupenda ulimwengu, yaani Bwana Mungu alikupenda wewe na mimi ndipo akamtuma mwanaye wa pekee Yesu Kristo ili kila amuaminie awe na uzima wa milele, tele (Yohana 3:16). Kwa lugha nyepesi ni kwamba tunasherekea siku hii kukumbuka WOKOVU aliouleta Bwana Yesu Mungu Mkuu na Mwokozi wetu; Soma Tito 2:13, maana ndani yake ndimo kuna maisha halisi ya umilele.

Nabii isaya alitabili kuzaliwa kwa Yesu (takribani miaka 700 kabla ya kuzaliwa kwake Bwana Yesu Kristo) akisema;

"...bikira atachukua mimba,atazaa mtoto mwanamume,naye atamwita jina lake Imanueli." Isaya 7:14

Tabiri hii ya Nabii Isaya ni hakika na kweli. Zipo tabiri nyingi zilizowahi kutolewa, lakini tabiri ya Nabii Isaya imekamilika maana hakika Bwana amezaliwa.

Kuzaliwa kwa Bwana Yesu ni muujiza ambao haukuwai kutokea wala haitegemewi kutokea, sababu kuzaliwa kwake kulitokana na uweza wa Roho Mtakatifu. Tena angali Bwana Yesu amezaliwa alikuwa tayari amekwisha vikwa uwezo, uweza na nguvu ndani yake.

Sasa waweza kufikiria kwamba ni mtoto gani anayezaliwa akiwa na utiisho wa ki-Mungu kama huo, kwa sababu Biblia inaanza kumuelezea kwamba alipozaliwa tu aliitwa mtoto MWANAMUME, yaani si mtoto wa kiume bali ni mwanamume ikionesha tayari alikuwa na nguvu za kipekee tena Yeye ni Imanueli Mungu pamoja nasi, soma Mathayo 1:23.

Biblia inasema;
"Hata ulipowadia utimilifu wa wakati, Mungu alimtuma Mwanawe ambaye amezaliwa na mwanamke, amezaliwa chini ya sheria, kusudi awakomboe hao waliokuwa chini ya sheria, ili sisi tupate kupokea hali ya kuwa wana." Wagalatia 4:4-5

Kumbe kabla ya ujio na kumpokea Bwana Yesu Kristo sisi tulikuwa chini ya sheria. Tukiitumikia miungu ya baba zetu, tulikuwa watu tusiokuwa na Mungu duniani. Hivyo basi hatukuweza kufanyika wana wa Mungu, bali ingawa tulikuwa ni watu wa Mungu tu.

Tunasherekea sikukuu hii kwa kukumbuka ujio wa injili duniani.
Yesu mwenyewe ndio injili.

Yeye alipozaliwa, Injili ndio ilizaliwa kwa mara ya kwanza chini ya jua.
Maana Yeye ni Neno, Injili ni habari njema ziletazo wokovu, hivyo ni neno la Mungu liletalo wokovu.
Biblia imeeleza vizuri sana jambo hili, inasema;

" Malaika akawaambia, msiogope; kwa kuwa mimi ninawaletea habari njema ya furaha kuu itakayokuwa kwa watu wote;" Luka 2:10

Malaika wa Bwana anatambulisha kuwa ujio wa Yesu Kristo duniani ni ujio wa habari njema ya furaha. Yaani ni ujio wa injili, maana injili ina furaha ndani yake, hivyo siku ya leo tunaposherekea sikukuu hii, tunakumbuka ujio wa habari njema chini ya jua.

Kumbe basi, hakuna kosa lolote lile kusherekea na kukumbuka ujio wa WOKOVU NA HABARI NJEMA.

Je, upo tayari kusherekea na kufurai kuwa Wokovu na Habari njema umekuja kwa ajili yako?

Shalom,

NENO IDI MAANA YAKE NINI?

Watu wengi Pamoja na Waislamu watumia lugha ya Kiswahili hawajui maana ya neno Idi.

"Wakristo wengi husilimishwa kwa sababu ya kutojua lugha ya kiarabu"

Najua pengine unaweza usinielewe, Ila huo ndiyo ukweli, na mimi mwenyewe kabla sijaachana na Uislamu, nilishawahi kushuhudia, mke wa mchungaji wa Kanisa la BAPTISTI, akisilimishwa katika viwanja vya Mkanyenye Mwanza, kwa sababu ya kukuta neno Eid (عيد) Ndani ya BIBLIA, katika Tafsiri ya kiswahili cha zamani, ambacho katika Kumbukumbu la torati, 16:14 Kiliandika Idi.

Kumbukumbu 16: 14 nawe utafurahi katika Idi yako, wewe, na mwanao, na binti yako, na mtumwa wako, na mjakazi wako, na Mlawi, na mgeni, na yatima, na mjane aliyefiliwa na mumewe, walio ndani ya malango yako.

Aliposomewa andiko hilo, akaulizwa kwamba, "Wanaosherehekea Sikukuu ya Idi ni watu wa dini gani?" akajibu "Waislamu" akaambiwa, Biblia inautambua Uislamu, akasilimu!

Siyo huyo tu Kuna mwingine, pia, alisilimishwa, kwa sababu ya neno Shehe ndani ya Biblia.

Nehemia 5:17 Pamoja na hayo wakawako mezani pangu, katika Wayahudi na mashehe, watu mia na hamsini, zaidi ya wale waliotujia kutoka kwa makafiri waliotuzunguka.

Mtu anaulizwa, Masheikh ni watu wa dini gani? Akijibu kwamba ni waislamu, basi hutakiwa kusilimu, ili aungane na Masheikh katika Uislamu.

Leo nataka nikifundishe, ili kukutoa kwenye huo utata! Ili hata kama watakakuja kukudanganya, basi uwaumbue, kwa sababu utakuwa umeshaelewa. nikianza na neno Idd.

Neno Iddi, ni neno la Lugha ya Kiarabu, kiswahili, kimechukua maneno mengi ya lugha ya Kiarabu, wakati wa kutafsiri, waliliweka kama lilivyo, yaani Iddi.

Katika kiswahili, Idi ni sikukuu, iliposemwa utafurahi katika Idi yako, maana yake utafurahi katika sikukuu yako.

Ukisoma katika Biblia ya Kiarabu, kila palipotajwa sikukuu kumeandikwa Iddi. Mfano Yohana 14:6

حنا يو انجيل

.قَرِيباً الْيَهُودِ عِيدُ الْفِصْحُ وَكَانَ 4 :6

Hapo nimenukuu Injili ya Yohana katika Lugha ya kiarabu, inasema:-

الْفِصْحُ وَكَانَ (Wakaana Al'fisuhu)

Nayo Pasaka 👆

اليهود عيد

Sikukuu ya Wayahudi (Eid al'yahuud)

قريبا

ilikuwa Karibu. (Qariiban)

Katika Kiarabu limetumika neno عيد (Idi) Likimaanisha sikukuu, kama katikaTafsiri ya kiswahili lingewekwa kama lilivyo, ingesomeka "Nayo Pasaka Iddi ya Wayahudi, Ilikuwa karibu,

Sikukuu yo yote kiarabu ni Idi, Sikukuu ya Muungano, ni Idi ya muungano, Unaweza kusema:-

☞Iddi ya Muungano

☞Iddi ya wapendanao

☞Iddi ya Uhuru

☞Iddi ya Krismasi

Kwa sababu Neno Idi lina maana ya sikuu, na ndani ya Quran hakuna sehemu kumeandikwa, Sherehekeni Sikukuu ya Iddi, maana ni sawa na kusema, Sherehekeeni Sikukuu ya Sikukuu, hapo inakuwa haijakaa sawa, maana ni neno moja. Kwa hivyo usiyumbishwe, hakuna sikukuu ya Idmdi bali Idi ndo sikukuu.

Hata Waislamu wenyewe, Iddi (Sikukuu) Wamezipa majina yao.

☞Eid El fitry (Sikukuu baada ya mfungo wa mwezi ramadhani)

☞Eid El hajj (sikukuu ya kuchinja)

Tuje kwenye Neno Sheikh (Shehe) Neno hilo pia halina mahusiano kabisa na Dini, maana neno Sheikh, ni neno la Kiarabu, likiwa na maana ya mzee (شيخ)

Kwani hata ndani ya Quran neno hilo Sheikh (شيخ) Limetamkwa mara moja tu, na tena mtamkaji akiwa ni mwanamke, Sara akimsemea mumewe, katika.
Quran 11 SURATUL HUUD

ىَتْلَيَو اَىْ ْتَلَاَق

وَهَذَا عَجُوزٌ وَأَنَا اَلْلِدُ

هَذَا إِنَّ شَيْخًا بَعْلِي

بِيجَعُ ءْيَشَل

72. (Mkewe Ibrahim)
akasema; Ee mimi we! Je,
nitazaa na hali mimi ni
mkongwe na huyu rnume wangu
ni mzee sana hakika hili ni
jambo la ajabu.

Sara katika kiarabu amesema:-

وَهَذَا

اَخْيَش يلَعَب

Na Mume wangu ni mzee, neno Hilo mzee kiarabu limetamkwa اَخْيَش yaani Sheikh

Ndilo neno pekee la Sheikh ambalo linapatikana ndani ya Quran, likiwa na maana ya mzee na siyo kiongozi wa Msikiti, au Kiongozi wa Dini, Kwani hata katika Biblia, kila palipotajwa mzee, Kiarabu ni أَخْيَش (Sheikh) Ushahidi huu hapa:-

Walawi 19:32 Mwondokeeni mtu mwenye mvi; heshimuni uso wa mtu mzee; nawe mche Mungu wako, Mimi ndimi Bwana.

Katika kiswahili limetumika neno mzee, Kiarabu

الرب انا الهك تخشى و الشيخ وجه تحترم و تقوم الاشيب امام من 32 :19
Hapo kumetajwa, الشيخ وجه Uso wa Sheikh (mzee) Sheikh inatafsiri ya Mzee, na pia katika ushahidi mwingine, ni kwa Nikodemo.

Yohana 3:4 Nikodemo akamwambia, Awezaje mtu kuzaliwa, akiwa mzee? Aweza kuingia tumboni mwa mamaye mara ya pili akazaliwa?

Katika Kiswahili, Kumetajwa neno mzee, katika Kiarabu kumeandikwa hivi.
يدخل ان يقدر العله شيخ هو و يولد ان الانسان يمكن كيف نيقوديموس له قال 4 :3
يولد و ثانية امه بطن

Hapo kumetajwa شيخ هو و Nae ni mzee yaani Sheikh, yaani Sheikh anawezaje kuingia tumboni kisha akazaliwa mara pili? Sheikh hiyo haina maana ya kiongozi wa dini, bali Sheikh kwa umri mkubwa. Mtu mzima asiweze kuingia tumboni.

Pia hata Wazee wa Kanisa, nao pia katika Kiarabu ni Masheikh.

Yakobo 5:14 Mtu wa kwenu amekuwa hawezi? Na awaite wazee wa kanisa; nao wamwombee, na kumpaka mafuta kwa jina la Bwana.

Hapo ni Kiswahili wametajwa wazee wa kanisa, Kiarabu
باسم بزيت يدهنوه و عليه فيصلوا الكنيسة شيوخ فليدع بينكم احد امريض 14 : 5 الرب
Hapo kumesemwa, الكنيسة شيوخ

Masheikh wa Kanisa, Kumetumika uwingi, خ شيو Masheikh المكنسة wa makanisa.

Kwa hivyo usiyumbishwe na Lugha, kwa kusikia au kusoma neno liliotaja Neno Sheikh au shehe, ukadhani ni kiongozi wa kiislamu, hapana, bali limetumika kwa maana ya mzee. Nehemia kukaa na mashehe, inamaana ya Wazee, na siyo Waislamu.

IPO WAPI AYA NDANI YA BIBLIA INASEMA WATU WAWE WAKRISTO, ILI WASHEHEKEE KRISMASI?

Swali linalo ulizwa na wapinga Ukristo ni hili.

Ipo wapi aya ndani ya Biblia isemayo watu wawe Wakristo?

Hili ndilo swali dhaifu linalo ulizwa na ndugu zetu kila kukicha. Leo nawajibu kwa aya ili wanyamaze milele yote.

Marko 9: 39 Yesu akasema, Msimkataze, kwa kuwa hakuna mtu atakayefanya mwujiza kwa jina langu akaweza mara kuninenea mabaya;40 kwa sababu asiye kinyume chetu, yu upande wetu.41 Kwa kuwa ye yote atakayewanywesha ninyi kikombe cha maji, kwa kuwa ninyi ni watu wa Kristo, amin, nawaambia, hatakosa thawabu yake.

Katika aya ya 41, Yesu anasema sisi ni watu wa Kristo. Je, mtu wa Kristo ni nani kama sio Mkristo?

Je, hawa watu waliomfuata Yesu waliitwa Wakristo?

Matendo 11: 26 hata alipokwisha kumwona akamleta Antiokia. Ikawa kwa muda wa mwaka mzima wakakusanyika pamoja na kanisa na kuwafundisha watu wengi. Na wanafunzi waliitwa Wakristo kwanza hapo Antiokia.

Neno la Mungu linakujibu kuwa, wanafunzi wa Yesu ambao ni sisi tunaitwa Wakristo.

Je, dai la Ukristo ni dini linathibitishika kama wanavyo lazimisha Waislam?

3.Suurat Al 'Imran 99. Sema: Enyi Watu wa Kitabu! Kwa nini mnamzuilia aliye amini NJIA ya Mwenyezi Mungu mkiitafutia kosa, na hali nyinyi mnashuhudia? Na Mwenyezi Mungu si mwenye kughafilika na mnayo yatenda.

Waislam wanakiri kuwa njia ya Mwenyezi Mungu ni dini. Yaani, dini maana yake ni njia. Je, njia hii ya Mwenyezi Mungu ni ipi?

Yesu anasema yeye ni njia. Waislam wanasema dini ni njia. Kumbe basi Ukristo kwa tafsiri ya Waislam ni dini.

1 Petro 4:16 Lakini ikiwa kwa sababu ni Mkristo asione haya, bali amtukuze Mungu katika jina hilo.

Kumbe jina la Ukristo ni la kumtukuza Mungu kama ilivyo thibitishwa kwenye Waraka wa Kwanza wa Petro asura ya 4 aya ya 16.

Sasa tusome Tafsir ya Bharwani hapa chini: 1. Suurat An Nahl 125

Maelezo: Suuratun Nah'l * 125. Ewe Nabii! Lingania, uwite watu kwenye Njia ya Haki ambayo Mola wako Mlezi amewataka watu wako waifuate. Na katika huo Wito wako pita njia ambayo inamnasibu kila mmoja wao. Waite wenye vyeo vya juu katika wao kwa maneno ya hikima kwa mujibu wa akili zao. Na watu wa kawaida walio baki kati yao walinganie kwa kuwapa mawaidha yanao waelekea, na kuwapigia mifano ya mambo wanayo pambana nayo ya kuwapeleka kwenye Haki, na uwaongoze kwenye njia fupi inayo wanasibu. *Na jadiliana na watu wa dini zilizo tangulia katika watu wa Biblia, yaani Mayahudi na Wakristo, kwa kutumia hoja za kiakili, Mant'iqi, na maneno laini, na majadiliano mazuri, si maneno ya ukali na matusi, ili uwakinaishe na uwavutie.* Hii ndiyo njia ya Daa'wa (Wito), kuwaita watu kumwendea Mwenyezi Mungu -watu wa mila zote. Basi ifuate njia hii unapo waita, na baada ya hayo yaliyo baki mwachilie Mola wako Mlezi, ambaye anamjua aliye zama katika upotovu kati yao na akawa mbali na njia ya uwokovu, na nani ambaye aliye salimika, akaongoka, na akayaamini hayo uliyo waletea.

Allah ameseka kuwa, Ukristo ni dini iliyo tangulia, kumbe basi Uislam haukuwepo kabla ya Ukristo http://www.iium.edu.my/deed/quran/swahili/without/c16.htm...

Je, ni kweli Ukristo na Kanisa vilikuwepo kabla ya Uislam.

Tumsome Musa, Je aliingia Kanisani?

Matendo ya Mitume 7: 37 Musa huyo ndiye aliyewaambia Waisraeli, Bwana Mungu wenu atawainulieni nabii, katika ndugu zenu, kama mimi; msikieni yeye.

*38 **Yeye ndiye aliyekuwa katika kanisa** jangwani pamoja na yule malaika aliyesema naye katika mlima wa Sinai, tena pamoja na baba zetu; ndiye aliyepokea maneno ya uzima atupe sisi.*

Musa anawajibu Waislam kuwa yeye aliingia Kanisa alipo kuwa Jangwani. Kumbe Musa hakuwa Muislam wala hakuwai ingia Msikitini.

Shalom,

Dk. Maxwell Shimba mtumwa wa Yesu Kristo Mungu Mkuu. Tito 2:13

Shimba Theological Institute
New York, NY 10005